வாழ்வின் தரிசனங்கள்

டொமினிக் ஜீவா

நியூ செஞ்சுரி புக் ஹவுஸ் (பி) லிட்
41-B, சிட்கோ இண்டஸ்டிரியல் எஸ்டேட்
அம்பத்தூர், சென்னை-600 098.
☎ : 26251968, 26359906

Language : Tamil
Vaazhvin Tharisanangal
Author: **Dominic Jeeva**
First Edition : March, 1982
Revised Second Edition : March, 2010
Copyright : Author
No. of pages : iv + 112 = 116
Publisher:
New Century Book House Pvt. Ltd.
Chennai - 600 098.
Tamilnadu State, India.
Email : ncbhbook@yahoo.co.in

ISBN No.978-81-234-1728-4
Code No. A2112
Rs.50.00

Branches

Chennai 044-2852 8351, 044-26359906, 044-24404873
Trichy 0431-2700885 **Madurai** 0452-2344106, 2350271
Tirunelveli 0462-2323990 **Coimbatore** 0422-2380554
Salem 0427-2450817 **Vellore** 0416-2234495 **Tanjore** 04362-231371
Pondicherry 0413-2357403 **Hosur** 04344-245726 **Ooty** 0423-2441743.

வாழ்வின் தரிசனங்கள்
ஆசிரியர் : டொமினிக் ஜீவா
முதற் பதிப்பு : மார்ச், 1982
திருத்திய இரண்டாம் பதிப்பு : மார்ச், 2010
வெளியீடு : நியூ செஞ்சுரி புக் ஹவுஸ் (பி) லிமிடெட்.

பதிப்புரை

டொமினிக் ஜீவா எழுதிய "வாழ்வின் தரிசனம்" எனும் சிறுகதைத் தொகுப்பு ஈழத்துச் சமுதாய வாழ்வைப் படம் பிடித்துக் காட்டுகிறது.

தலை சிறந்த ஈழத்து எழுத்தாளர் டொமினிக் ஜீவா தமிழ் மக்களுக்கு நன்கு அறிமுகமானவர். அவரது சிறுகதைத் தொகுப்புகளான "தண்ணீரும் கண்ணீரும்" "சாலையில் திருப்பம்", "பாதுகை" ஆகிய படைப்புகள் தமிழ்நாட்டு வாசகர்களின் நன் மதிப்பையும் வரவேற்பையும் பெற்றுள்ளன.

"வாழ்வின் தரிசனம்" எனும் இச்சிறுகதைத் தொகுப்பும் அத்தகு வரிசையில் இடம்பெறக் கூடிய ஒரு சிறந்த நூலாகும்.

இந்நூலைத் தமிழ்நாட்டு வாசகர்களுக்கு அறிமுகப்படுத்துவதில் பெருமிதம் கொள்கிறோம்.

-பதிப்பகத்தார்

பொருளடக்கம்

			பக்க எண்கள்
	எனது கருத்தோட்டம்	...	1
1.	சக்கரம் சுழன்றது	...	9
2.	இந்நாட்டு மன்னர்கள்	...	17
3.	நீர் மேல் எழுத்து	...	23
4.	இவர்தான் அவர்	...	33
5.	உவர்த் தரையில் களைச்செடிகள் பூக்கின்றன !	...	43
6.	வாழ்வின் தரிசனங்கள்	...	52
7.	உண்மையின் கால்கள்	...	63
8.	சமூகப் பொம்மைகள்	...	72
9.	பணச் சடங்கு	...	78
10.	தப்புக் கணக்கு	...	86
11.	வெங்காயப் புழு	...	93
12.	க்ஷணம்	...	102

எனது கருத்தோட்டம்

உண்மையை மனந் திறந்து சொல்லப் போனால் என்னுடைய படைப்புகளுக்கு முன்னுரை எழுதவதில் நான் எப்பொழுதும் பயங் கலந்த சிரத்தை காட்டுவதுண்டு.

காரணம் சிருஷ்டிகளில் சொல்ல முடியாத சமகால இலக்கியக் கருத்தோட்டங்களை ரஸிகர்கள் மனங்களில் உலவவிடுவதற்கு இது ஒரு சிறந்த தளமாக-மேடையாக-இருந்து வருகின்றது என்ற எதார்த்த உண்மையைக் கணக்கில் எடுத்துக் கொண்டே இந்தக் களத்தைச் செப்பமாக நான் பயன்படுத்த முனைந்து வருகின்றேன்.

இந்த நூல் எனது நான்காவது சிறுகதைத் தொகுதியாகும்.

ஆரம்ப நாட்களில்-சுமார் பதினைந்து இருபது வருடங்களுக்கு முன்னரே-எனது முதல் இரண்டு சிறுகதைத் தொகுதிகளும் தமிழகத்தில் வெளிவந்திருக்கின்றன. அக்காலங்களில் நான் தமிழக வாசகர்களால் அதிகம் அறியப்படாமல் இருந்திருக்கிறேன். திட்டமாகச் சொல்லப்போனால் 'சரஸ்வதி', 'தாமரை' வாசக மட்டத்தினர்தான் என்னையும் எனது எழுத்தையும் ஓரளவு தெரிந்து, அறிந்து வைத்திருந்தனர்.

இருபத்திரண்டு ஆண்டுகளுக்கு முன்னர்-1960-ல் சரஸ்வதி பிரசுராலயம் முதன் முதலில் எனது சிறுகதைத் தொகுதியான

"தண்ணீரும் கண்ணீரும்" நூலை வெளியிட்டு வைத்தது. அதற்கு முன்னரே 'சாந்தி', 'சரஸ்வதி' போன்ற முற்போக்குச் சஞ்சிகைகளின் மூலம் நான் தமிழகத்தின் தரமான வாசகர்களின் நெஞ்சில் ஓரளவு இடத்தைப்பிடித்திருந்தேன். 'தாமரை' அதைத் தொடர்ந்து என்னை ஞாபகம் வைத்திருக்க உதவியது; எனது எழுத்துக்களையும் கருத்துக்களையும் செழுமைப்படுத்த அது பெரிதும் தளமமைத்துத் தந்தது.

இந்தப் பகைப்புலத்தின் பின்னணியில்தான் எனது படைப்புகளும் சிந்தனைகளும் தமிழகமெங்கும் அறிமுகமாகி எனக்குப் பெருமை தேடித் தந்தன.

இதன் பின்னர் நான் ஆசிரியராக இருந்து கடந்த பதினேழு ஆண்டுக் காலமாக இயக்கி வரும் "மல்லிகை" இலக்கியச் சஞ்சிகை தமிழக மக்களின் மனதில் சிறிது சிறிதாக வேர்விட்டுத் தழைக்க ஆரம்பித்தது. படைப்பாளி என்கின்ற முறையில் மாத்திரமல்ல, ஒரு தரமான முற்போக்கு இலக்கியச் சஞ்சிகையின் மூல வேர் என்கின்ற கௌரவ அணுகு முறையிலும்கூடப் பல இலக்கிய நெஞ்சங்கள் என்னைத் துலாம்பரமாகப் புரிந்துகொள்ள வாய்ப்புக்கள் ஏற்பட்டன.

இதை அடியொற்றியே நானும் ஆண்டுக்கு இரண்டு தடவைகள் என்கின்ற முறையில் தமிழகமெங்கும்-அதன் பல்வேறு பகுதிகளுக்கும்-சுற்றுப் பயணம் மேற்கொள்ளத் தொடங்கினேன். ஆரோக்கியமான பல நல்லிலக்கிய நெஞ்சங்களைச் சந்தித்துக் கதைக்கும் வாய்ப்பு எனக்கு ஏற்பட்டது. எழுத்தில் மாத்திரம் தெரிந்து கொண்டுள்ள பல நெஞ்சைக் கவர்ந்த எழுத்தாளர்களுடன் பரஸ்பரம் கருத்துப் பரிமாற்றம் செய்யக்கூடிய அருமையான சந்தர்ப்பங்களும் கிட்டின. அவர்களைப் புரிந்துகொள்ளக் கூடிய அரிய நட்புணர்வும் ஏற்பட்டது.

இந்த அறிமுகச் சாதகமான சூழ்நிலையிலேதான் எனது நான்காவது தொகுதி "வாழ்வின் தரிசனங்கள்" வெளிவருகின்றது.

வாழ்க்கையைப் பற்றிய வளமான-திடமான-கனமான அநுபவங்கள் ஏற்கனவே எனக்கு உண்டு.

வாழ்வின் தரிசனங்கள் 3

சிறகு கட்டிக் ககனத்தில் பறக்கும் சிறுகதைகளை எழுத எனக்கு வரவே வராது. நான் மண்ணில் கால் பதித்து வாழ்ந்து வருபவன்; என்னைப் போலவே எனது பாத்திரங்களும் குறை நிறைகள் உள்ளவை. மண்ணின் மீது கால் பதித்து, இந்த மண்ணிலேயே நடந்து வாழும் மனித உருவங்களே அவை.

அழுத்தமான மனப்பிரிவுகளை ஏற்படுத்தும் சிருஷ்டிகளே காலப் போக்கில் நின்று நிலைத்து வாழ்ந்து வரக் கூடும் என்ற அசைக்க முடியாத மன நம்பிக்கை உள்ளவன் நான். கூர்மையான மனச்சாட்சி உள்ளவர்களின் இதயங்களில் ஒரு மின்னல் சுடரொளியைத் துடிக்க வைக்கும் ஆற்றல் சிறுகதைகளுக்கு இருக்க வேண்டும் எனப் பெரிதாக அடிக்கடி ஆசைப்படுபவன்.

பரிதாபமாகவும் இகழ்ச்சிக்குரிய நிலையிலும் வாழ்வுக்காக மெய்வருத்தி உழைத்துப் போராடி வாழ்ந்துவரும் இலட்சக் கணக்கான உடல் உழைப்பால் பாடுபடும் சாதாரண மக்களில் ஒருவனாகவே நானும் கணிக்கப்பட வேண்டும் என உள்ளுணர்வின் வெளிப்பாடாகவே எனது பாத்திரங்களும் என்னால் படைக்கப்பட்டு உலவவிடப் பட்டுள்ளனர்.

மனித வாழ்வின் சிந்தனைகளை, துயரங்களை, விருப்பு வெறுப்புக்களை, சின்னத்தனங்களை, அவர்களுக்கு வெகு சமீபமாக நெருங்கி நின்று மாத்திரமல்ல, அவர்களுடன் அவர்களாகவே ஒருங்கிணைந்து நின்று இந்தப் பூவுலகிற்கு நிறைய நிறையச் சொல்லவேண்டும் என்பதே எனது பேரவாவாகும். அதில் ஒரு சிலரை மாத்திரம் எனது பல்வேறு கதைகளில் உலவவிட்டு, அவர்களிடம் இருந்தே சில பாடங்களையும் நான் கற்றுணர்ந்திருக்கின்றேன்.

தனித் தனியாக ஒவ்வொரு கதை பற்றியும் இங்கு முன் கூட்டியே பேசுவது எனது நோக்கமல்ல.

நான் ஏற்கனவே படித்திருக்கின்ற-சில சமயங்களில் நேரிடையாகவே சந்தித்திருக்கின்ற எழுத்தாளர்கள் சிலர் இருக்கின்றனர். அவர்களுக்கு வாழ்வின் மீதே நம்பிக்கையில்லை!

வாழ்க்கையின் மீது கிஞ்சித்தும் பிடிமானம் இல்லை. எதிலுமே நம்பிக்கையில்லை. எதிலுமே நம்பிக்கை இல்லாமையே ஆக உயர்ந்த அறிவு நிலை என அவர்கள் நம்புகின்றனர்; வாதிடுகின்றனர்; எழுத்தில் எழுத முற்படுகின்றனர்.

நான் வாழ்க்கையை அத்தியந்த வாத்சல்யத்துடன்-அதன் துன்ப, துயர முள்முடி வேதனைகள் உட்பட-நேசிக்கப் பழக்கப்பட்டவன். வாழ்வின் தரிசனங்களைப் பல்வேறு கோணங்களில் பார்த்து ரஸித்தவன். எனவே வாழ்வை நேசிக்கும் மனுக் குலச் சுபீட்சத்தையே நான் அனுதினமும் பற்றி நிற்கின்றேன். வேறுவிதமாக என்னால் நினைக்கவும் முடியாது; இருக்கவும் இயலாது.

மனிதர்களோடு சம்பந்தப்பட்டவை எல்லாமே சுவை மிக்கவை. இனிமை நிரம்பியவை. அப்படியான சுவை நிறைந்த நிகழ்ச்சிகளையே-மனிதர்களையே-இத்தொகுதியில் நீங்கள் சந்திக்கப் போகின்றீர்கள்.

எனது படைப்புக்கள் பற்றிய சரியான மதிப்பீடு-ஞானகம்பீரம்-எப்பொழுதுமே என் நெஞ்சில் நிறைந்திருப்பதுண்டு.

கதை என்பதே ஓர் உள்ளடக்கம்தான். இன்றைய சமுதாயத்தின் மனித மனங்களின் உணர்வுகளை, முக்கிய பிரச்சினைகளைப் பற்றி ரஸிகர்களுடன் உரையாட இந்த உத்தி முறை பயன்படுத்தப்படுகின்றது. யார் இந்த உத்தி முறைகளைக் கலை நுணுக்க வேலைப்பாடுகளுடன் வெற்றிகரமாகப் பயன் படுத்துகின்றனரோ அவரே சிறந்த படைப்பாளி எனக் கணிக்கப்படுகின்றார்.

தவிப்பிலும் துடிப்பிலும் கோபத்திலும் வேதனையிலும் மகிழ்ச்சியிலும்தான் உயிர்களின் இயக்கமே அடங்கியிருக்கின்றது. மனித வாழ்க்கையின் தாபங்களும் ஆசாபாசங்களும் அங்கலாய்ப்புக்களும்தான் எவ்வளவு மகத்தானவை! மனிதச் செயல்களின் அழகையும் அமரத்துவத்தையும் உள்ளடக்கமாகக் கொண்டுள்ள அமர சிருஷ்டிகளுக்காகவே நான் காலங் காலமாகக் காத்திருக்கின்றேன்.

வாழ்வின் தரிசனங்கள் 5

இருட்டில் இருந்து சுகம் காண்பதற்காகவே விளக்குகளை அணைத்துவிடப் பழக்கப்பட்டவர்கள் நம்மிடையே உண்டு. இவர்களே மனுக் குலத்தின் வெற்றிகள், கற்பனைகள், அபிலாஷைகள், நம்பிக்கைகள் மீது நம்பிக்கையற்றவர்கள். இவர்களின் செயல்களினால், எழுத்துக்களினால் மனித சந்ததி சிறுமைப் படுத்தப்பட்டுப் போகாது என்ற அசைக்க முடியாத நம்பிக்கை எனக்கு இருந்த போதிலும்கூடத் தற்காலிகமாகவேனும் மனுக்குலம் தயங்கித் தத்தளித்துத் துவண்டுபோய் விடலாம் என்று நியாயமாகவே அடி மனதில் அச்சப்படுவதுண்டு, நான்.

போரையும் போர் வெறியையும் ஆக்கிரமிப்பையும் அநீதியையும் கொடுமையையும் சிலாகித்துச் சிந்து பாடி மகிழ்ச்சியடையும் வக்கிர மனப்பாங்கு கொண்ட இப்படியான கும்பல் பேனாவையும் கலை இலக்கியங்களையும் தமக்குத் துணை சேர்த்து, வியூகம் அமைத்து, அணி சமைத்து வருகின்றது. மனிதகுலம் காலங்காலமாகச் சேமித்து வந்துள்ள ஆரோக்கியமான பாரிய சிந்தனைகளுக்கு எதிராகத் தமது அழுகிய, தர்க்கவாத எழுத்துக்களாலும் சிந்தனைகளாலும் குழப்பம் விளைவிக்க முனைந்து செயல்படத் துவங்கியுள்ளது.

இந்தக் குழப்பவாதிகளே வாழ்வை வெறுப்பவர்கள்; மனுக் குலத்தின் ஆரோக்கியமான அம்சங்களைப் பார்க்க மறுப்பவர்கள்; வாழ்வையே கொச்சைப்படுத்தி, அதன் நல்ல அம்சங்களையே நிராகரிப்பவர்கள்.

"மனிதர்கள் சாகலாம்; மறையலாம். ஆனால், மனுக்குலம் அழியவே அழியாது!" என்ற தாரக மந்திரத்தை ஜீவநாதமாக எழுத்தில், எண்ணத்தில், வாழ்வின் ஒவ்வோர் நடை முறையில் கொண்டுள்ள என்னைப் போன்றவர்கள், வெறும் பார்வை யாளர்களாகவோ ரஸிகப் பெருமக்களாகவோ சும்மா இருந்து கொண்டிருந்துவிட முடியாது.

எனவேதான் வலிமை வாய்ந்த எனது பேனாவை இந்தத் தீய சக்திகளுக்கு எதிராகப் பல கட்டங்களிலும் பாவிக்கத் துணிந்து

அங்கம் அங்கமாகப் போராடி வந்துள்ளேன். நோயுற்று, வலிமை கெட்டு, சிந்தனைத் தடம் புரண்டு கிடக்கும் மனுக்குலத்தின் எதிரிகளுக்கு எதிராக என்னளவில் நான் போராடி வரும்போதுகூட, கட்டுக்கோப்பான, சக்தி மிக்க, தார்மீக நேர்மையும் இயக்கத்திலும் நீண்ட நெடுங்காலமாக என்னையும் ஒரு கண்ணியாக இணைத்துப் பிணைத்துக் கொண்டு தினசரி வாழ்வில் இயங்கி வருகின்றேன்.

வெறும் இலக்கியத்தினால்-எழுத்தினால்-மாத்திரம் நான் விரும்பும்-நம்பும்-சமுதாய மாற்றத்தை நடைமுறைப்படுத்திவிட முடியாது என்பதை வேறெந்தக் காலங்களையும் விட, இன்றைய கால கட்டத்தில் வெகு துலாம்பரமாக உணர்ந்து வருகின்றேன். அதே சமயம் ஆற்றல் மிக்க எழுத்து, சிந்தனையைத் தூண்டும் படைப்பு நமது இயக்கத்தை நோக்கி மக்களை ஆகர்ஷித்து வரவழைக்க-அணி சேர்க்க-ஓர் உந்து சக்தியாகத் திகழும் என்பதையும் நான் அனுபவ ரீதியாக உணர்ந்திருக்கின்றேன்.

நாங்களும்-எங்களைப் போன்ற பலரும்-நம்பிக் கொண்டிருப்பதுபோல, சமுதாயச் சீரழிவுக் கும்பல் அப்படியொன்றும் பலம் குறைந்தவர்களல்ல. வெட்ட வெட்டத் தழைக்கும் மஹி ராவணன் தலையைப் போன்றவர்கள். கருத்துப் பிடிவாதம் கொண்டவர்கள். என்னைப் போன்றவர்களுக்கு இருக்கக் கூடிய தத்துவார்த்த அமுங்குப்பிடி அவர்களுக்கும் அவர்களது சித்தாந்த அடிப்படையில் உண்டு. சீரழிப்பதே சிலாக்கியமான தெய்வீகத் தொண்டு என்ற சர்வதேசத் தத்தவார்த்தைப் போதமாகப் பயிற்றப்பட்டவர்கள்.

எனவே இவர்கள் உதிரிகள் அல்ல. பலம் வாய்ந்த போதிலும்கூடத் தார்மீக ரீதியாக அடிப்படைப் பலமற்றவர்கள். மக்களின் ஆதரவு கிடைக்கப் பெறாதவர்கள்.

எனவே ஈற்றிலும் வெற்றி கொள்பவர்கள் நாமாகத்தான் இருக்க முடியும். ஏனெனில் மக்களை நேசிக்கத் தெரிந்தவர்கள் நாங்கள்தான்.

ஈழத்திலும் தமிழகத்திலும் நிலை இதே நிலைதான். இருபகுதிகளிலும் பொது எதிரியின் பொது அம்சங்களே இவை

தான். இப்படியான நச்சுத்தனம் மிக்க பொதுச்சத்துராதியை எதிர்க்கும்போது எதிர்ப்பவர்கள் ஒருவரோடு ஒருவர் தோள் கொடுக்க முன்வருகின்றோம்; தோழர்களாக இறுதியில் பரிணமிக்கின்றோம்.

இந்தக் கருத்துக்கள் ஒரு சிறிய சிறுகதைத் தொகுதிக்கான முன்னுரை என்ற தகுதியையும் மீறி நின்றபோதிலும் கூட, இன்றைய சமகால இலக்கியப் பிரச்சினைகளுக்கு எனது கோணத்தில் சில விளக்கங்களைத் தர ஓரளவு முயன்றிருக்கின்றேன். எனது விரிந்த பார்வையைப் பரிமாறிக் கொள்ள இந்தத் தளத்தைச் சரியாகவே பயன்படுத்தியுள்ளேன் என்பதே எனது மனத் துணிவாகும்.

எந்த அழுகுணி இலக்கியச் சித்தர்களும் எமது வெளிப்படையான கருத்துக்களுக்கு எதிராகத் தமது வெளிப்படையான கருத்துக்களை வைத்துவிட முடியாது. அந்த மனவலிமையும் எம்மைப்போல அவர்களுக்கு இல்லை. மக்களினத்தின் விரோதிகள் மக்களிடையே கருத்துக்களைச் சொல்லி அதே மக்களிடம் எப்படி அபிமானத்தைப் பெற்று விட முடியும்? எனவே காலப் போக்கில் இவர்கள் தனிமைப்பட்டுப்போய் விடுவார்கள்.

தமது போர்த் தந்திரத்தை-நரித்தனத்தை இவர்கள் வேறு வகைகளில் கையாளக்கூடும். அதற்கான சரியான வழி முறைகள் நாம் கூடியவரை எச்சரிக்கையாக இருப்பதுதான்.

அழகான முறையில் இத்தொகுதியை வெளிக்கொணர முன்முயற்சி எடுத்த நியூ செஞ்சுரி புக் ஹவுஸ் நிறுவனத்தினருக்கும் அங்கு கடமையாற்றும் சகல நண்பர்களுக்கும் எனது மனங்கனிந்த வாழ்த்துக்கள் என்றும் உரியவை.

அட்டையை அழகு மிளிர வரைந்து தந்துதவிய ஓவிய நண்பர் 'ரமணி' அவர்களுக்கு எனது நன்றி.

234 B, கே.கே.எஸ்.வீதி
யாழ்ப்பாணம்-ஸ்ரீலங்கா } **டொமினிக் ஜீவா**
18-10-1981

சமர்ப்பணம்

எனது இலக்கிய உழைப்பில் மாறாத அபிமானம் கொண்டவரும் எனது இலக்கியச் சிரமங்களைப் புரிந்து கொண்டவருமான இனிய நண்பர்,

திரு. எம். ரங்கநாதன்

-அவர்களுக்கு-

சக்கரம் சுழன்றது

சைக்கிள் சக்கரம் சுழன்று கொண்டிருந்தது.

அதைப் போலவே துரையின் எண்ணங்களும் சுழன்று கொண்டிருந்தன...

"பசுபதி, என் அழகை அள்ளிப் பருக அவரால் முடிய வில்லைதான்; ஆனால் என் அன்பைப் புரிந்து கொண்டவர் அவர். நான்தான் அவரது ஒரேயொரு ஊன்றுகோல்; வழிகாட்டி! என்னை அவர் பிரிந்து விட்டால் இந்த உலகில் அவரால் வாழ முடியாது; வாழவும் இயலாது. ஆனால் நீயோ இளைஞன்; எதிர்காலம் உன்னுடையது; ஆனபடியால் என்னை மறந்து விடு."

"அவர் நான் வணங்கும் தெய்வம், நீயோ படையலைப் புசிக்க நினைக்கும் பக்தன்."

"பசுபதி. நான் உன்னை நேசிப்பது உண்மைதான் ஒத்துக் கொள்ளுகிறேன். அதற்குக் காரணம் என் மனதில் ஏற்பட்ட ஓர் சிறு சலனமும் வெறும் வெளி மயக்கமுமே தவிர வேறல்ல.."

வெண்கலப் பானையில் கல்லொன்று பட்டால் எப்படிச் சப்தமுண்டாகுமோ, அப்படிக் கணீர் கணீரென்ற குரல் அவனது எண்ணக் குகையிலே இரைந்து கொண்டிருந்தது...

சதுப்பு நிலத்தின் சாயலையொத்த அவன் கண்களிலிருந்து கண்ணீர்த் துளிகள் கசிந்து கொண்டிருந்தன. முன்னால்

'ஸ்டான்டில்' நிறுத்தப்பட்டிருந்த சைக்கிளின் பின் சில்லைக் கைகளால் தடவித் தேடிச் சுழற்றி விட்டான்.

சைக்கிள் சக்கரம் 'பிறிவீலில்' சுழன்று கொண்டிருந்தது; அவனது எண்ணங்களும் இறந்த காலமென்ற 'பிறவீலில்' சுழலத்தான் செய்தன.

✪

துரையின் தந்தை சண்முகம் இறந்து மூன்று ஆண்டுகளாகின்றன. அவனுடைய தாயும் 'உயிரைப் பிடித்துவைத்திருக்கும்' ஒரு எலும்புக் கூடாக மாறிவிட்டாள். அந்த ஊசலாடும் நடைப் பிணத்தை அவன் பார்க்க முடியாது போய்விட்ட கவலை அவனை வாட்டினாலும் அவளைத் தான் காப்பாற்றச் சக்தி படைத்திருப்பதை எண்ண அவனுக்குப் பெருமிதமாக இருந்தது. இரண்டு வருடங்களுக்கு முன்பு அந்த விபத்தில் சிக்கித் தன் கண்களை இழந்த போது தாயைக் காப்பாற்ற முடியுமென்ற நம்பிக்கை அவனுக்கு இருக்கவில்லை. ஆனாலும் என்னவோ தகப்பன் விட்டுச் சென்ற சொற்ப பணத்தை முதலாகப் போட்டு சைக்கிள் கடை திறந்தான். கடையின் வருமானத்தில் குடும்பச் செலவு போக ஓரளவு மீதியும் இருக்கத்தான் செய்தது.

பார்வையை இழந்து விட்டான் என்பதனால் அவன் நிர்வகிக்கும் திறமையையும் இழந்துவிடவில்லை. 'துரை சைக்கிள் சாய்ப்பு' சிறிது சிறிதாகப் பிரபல்யம் அடையத் தொடங்கி விட்டது . ஊதியம் தரத் தொழிலும், அன்பைச் சொரிய அன்னையும் இருக்கும் போது அவன் வேறு ஒன்றையும் சிந்திக்கவில்லை.

வயதாகியும் துரை இன்னும் விவாகத்தைப் பற்றியே சிந்திக்காமல் காலம் கடத்தி வந்தான். அந்தக் குருடனுக்குப் பெண் கொடுக்க யாரும் முன் வரவில்லை என்பதல்ல; யாராக இருந்தாலும் தன் பெண்ணை எங்கே கொடுக்கலாம் என்று ஏங்கும் பெற்றோர்கள் மலிந்திருக்கும் நாட்டில் பெண்களுக்கு எப்படிப் பஞ்சம் ஏற்படும்? ஆனால் துரையின் மனம் விசித்திரமான நிலம். தான் கண்களை இழப்பதற்கு முன்னிருந்த நிலை பற்றிய பசுமையான எண்ணங்கள் அவன் உள்ளத்தில் வளர்ந்து அந்த நிலத்தின் உரம் முழுவதையும்

உறிஞ்சிக் கொண்டிருந்தன. அந்த நாட்களில் எத்தனை பசிய கனவுக் காட்சிகளை அவன் பின்னி வைத்திருந்தான்! இயற்கை விளையாடிய ஒரு சிறிய சூதால் அந்தக் காட்சிகள் அத்தனையும் சுழல் காற்றில் சிக்கி உலைந்து உருமாறிப் போன மேகங்களாகிப் போயின குருடனைக் கட்டி ஒரு பெண் தன் வாழ்க்கையைப் பாழாக்கிக் கொள்ள வேண்டாமே என்று அவன் எண்ணியிருந்தான். எந்தப் பெண்ணும் தன்னோடு வேண்டா வெறுப்பாகத்தானே பழகுவாள் என்ற உண்ர்ச்சி அவன் மனதில் பரவியிருந்தது. ஒருவிதத் தாழ்வு மனப்பான்மை அவன் தாய் உள்ளத்தில் தலை தூக்கி நின்றது. ஆனால் அவன் தாய் அவன் மனதில் புதிய விதைகளைப் போட்டு வந்தாள். வரண்டு கிடந்த அவன் உள்ளத்தில் அவள் பொழிந்த கண்ணீர் மழை அந்த அன்பு விதைகளை முளைவிடச் செய்தன.

"மகனே! என்னால் தள்ளாமையைத் தாங்க முடியவில்லை. இன்றோ, நாளையோ என் காலம் முடிந்து விடும். நான் போய்விட்டால் யார் உன்னைப் பார்பார்கள் ? நீ தனித்து வாழும் பட்ட மரமாகி விடுவாய். . . அவர்தான் உன் கல்யாணத்தைப் பார்க்கக் கொடுத்து வைக்கவில்லை. இந்த பாவியாவது உன்னுடைய மாப்பிள்ளைக் கோலத்தைப் பார்த்துவிட்டு நிம்மதியாகச் சாகட்டும்...." அதற்கு மேல் அவளால் பேச முடிவதில்லை. மூச்சுத் திணறிவிடும்.

அப்பொழுதெல்லாம் அடுத்த வீட்டுப் பெண் செல்வ மணிதான் வந்து காப்பி கலந்து கொடுப்பாள். "மாமி! இப்படியெல்லாம் உடம்பை அலட்டிக் கொள்ளக் கூடாது" என்று அன்புக் கட்டளையிடுவாள். செல்லமணியின் உபசரிப்புக்களால் தென்புறும் கிழவி மறுபடியும் பேசுவாள்.

"தம்பி, இது எனது நீண்டநாள் ஆசை. நான் நீண்டகாலமாகச் சொல்ல வேண்டும் என்று நினைத்திருந்ததை இப்பொழுது சொல்லுகிறேன். அடுத்த வீட்டுப் பெண் செல்வமணி இருக்கிறாளே- அவள் அழகான பெண்; நல்ல குணமிருக்கிறது. ஏழைதான்; இருந்தும் அன்பு நிறைந்தவள். நான் குரல் கொடுக்கும் பொழுதெல்லாம்

12 டொமினிக் ஜீவா

சிட்டாய்ப் பறந்து பறந்து வேலை செய்வாள். நான் உனக்காகச் செய்ய வேண்டிய வேலைகளைக்கூட அவள் செய்து முடித்து விடுவாள். 'இது துரையின் உடையா ஏன் மாமி இவ்வளவு அழுக்காக இருக்கின்றது?' என்று கேட்டுத் துவைத்து வைப்பாள். உனக்காக எந்த வேலையைச் செய்தாலும் அதில் அவள் தனிப் பூரிப்பு அடைகிறாள். அவளை உனக்கு முடிச்சுப் போட்டு விட்டால், நான் நிம்மதியாகக் கண்ணைமூடி விடுவேன்-ஏழைப் பெண்களிடம் தான் மகனே, அதிக அன்பு இருக்கிறது."

தாயின் தள்ளாத வயது வேண்டுகோள்! அதை எவ்வளவு காலம்தான் தட்டிக் கழிக்க முடியும்? மெல்ல மெல்ல அவனுடைய வரண்ட நிலமான உள்ளம். ஈரக் கசிவு பெற ஆரம்பித்தது...

செல்வமணிக்கும் துரைக்கும் திருமணம் நடந்தேறியது. அந்தக் காட்சியைக் கண் குளிரப் பார்த்துவிட்டு நிம்மதியாகக் கண்களை மூடிக் கொண்டாள் தாய்.

✺

செல்வமணி நல்ல அழகி; அந்த வானச் சிகப்பு ஆங்காங்கே தடவப்பட்ட முகம். 'லிப்ஸ்டிக்' தடவப்படாத அவள் உதடுகள் செழிப்புற்றுப் பளபளத்தன. செயற்கை அழகிகளைவிட இவள் இயற்கையாகவே நல்ல அழகியாக காட்சியளித்தாள். வாலிப எழில் என்ற வர்ணக் குழம்பு தடவப்பட்ட கன்னத்தில் கன்னங் குழி விழ அவள் சிரிக்கும் போது 'ஆயிரம் கண்கள் வேண்டுமடி' என்று பாடத்தான் தோன்றும். அவனால் இதையொன்றும் ரசிக்க முடியாமல் போய்விட்டதே தவிர, செல்வமணியின் அன்பை முழுக்க முழுக்க அனுபவித்தான்.

அன்பு என்பது ஏழைகளுக்கு மட்டும் சொந்தமான பொருள். அது ஏழையான அவளிடம் நிறைய இருந்தது. களைப்புற்ற அவனுக்குத் தனது குழைவுப் பேச்சால் சக்தியூட்டுவாள்; கண்ணிழந்த அவனுக்கு அவள் தான் கண்கள். அவன் அவள் மூலம் தான் உலகத்தைப் பார்த்தான். இருண்ட உலகத்தில் செல்வமணி என்ற அன்புச் சுடரின் ஒளியுருவத்தை அவனால் அறிய முடிந்தது; ஏனெனில் அந்தச் சுடரின் வெப்பம் அவனுடலின் குளிர்ச்சியைப் போக்கிவிட்டது.

இப்படியான இன்ப வாழ்க்கை கிடைக்குமென்று அவன் நினைக்கவேயில்லை. அன்பையும், இன்பத்தையும் தர இளம் மனைவியும் பணம் தர 'துரை சைக்கிள் சாய்ப்பு'ம் இருக்கும் பொழுது அவனுக்கு வாழ்வே இன்பமாகத் தோன்றியது.

துரையின் கடை பல மடங்கு வளர்ச்சியடைந்தது. அவனுக்குக் கீழ் பலர் வேலை செய்தாலும் ஒருவரும் நிலையாக நிற்கவில்லை. 'போய்வந்து' கொண்டிருந்தனர். இதில் பசுபதி மட்டும் நீண்ட நாட்களாகவே நிலைத்து நின்றுவிட்டான். வந்து போனவர்களில் பசுபதியைத் துரைக்கு நன்றாகப் பிடித்திருந்தது.

பசுபதி தங்கக் கம்பி. எந்த வேலையானாலும், எந்த நேரத்திலும் முணுமுணுக்காமல் செய்து முடிப்பது அவனது தனிப் பண்பு. நாளாவட்டத்தில் துரையின் 'உள் வீட்டுப் பிள்ளையாக' மாறிவிட்டான்.

துரைக்குக் கண்கள் தெரியாது; குருடன்; அதனால் உலகம் தெரியாதவனல்ல. நாடகம், சினிமா இவற்றை அவன் ரசிக்க முடியாதுதான். குருடனின் மனைவி என்ற குற்றத்துக்காகச் செல்வமணியும் அவற்றைப் பார்க்காமலிருப்பதை அவன் வெறுத்தான். நல்ல சினிமாவென்றால் அவளைப் பசுபதியுடன் அனுப்பி வைப்பான். வேண்டா வெறுப்பாக அவள் அவனுடன் போய் வந்தாலும் நாளா வட்டத்தில் அது பழக்கப்பட்டுப் போய் விட்டது..... ஆனால் பருவத்தின் கோணல் வழிகளே அதிசயமானவை தானே!

"அக்கா....!" என்று பசுபதி அன்புடன் அழைப்பான்.

"தம்பி! அண்ணன் உன்னை அவசரமாகப் பார்க்க வேண்டுமென்றார்!" என்று சொல்லி வைப்பாள்.

இப்படியான உரையாடல்கள் செல்வமணிக்கும், பசுபதிக்கு மிடையே உள்ள சகோதர உறவை ஸ்திரப்படுத்துவதாகத் துரை நினைத்தான். காரணமில்லாமலே மனிதனுக்குச் சில சமயங்களில் அசாத்திய நம்பிக்கை ஏற்பட்டுவிடுகின்றது.

என்னதான் வீட்டில் வளர்ந்த பூனையானாலும், பாலுக்கு அதைக் காவல் வைக்க முடியுமா?

செல்வமணி நல்லவள்: கணவனுடன் அன்பாக வாழ வேண்டுமென்று நினைப்பவள். ஆனால் அவள் நினைவுக்குச் சத்துருவாகவே ஆண்டவன் பசுபதியைப் படைத்து விட்டான்.

பசுபதி இளைஞன்; விளையாட்டுப் புத்தியும், பாலியச் சேஷ்டைகளும் கலந்திருக்கும் பருவம். ஆண்களின் வாழ்க்கையிலே அது தான் ஒரு புதுமைப் பருவம். அவன் அவள் கண்களுக்கு அர்ஜுனனாகத் தென்பட்டான். கத்தி படாத அரும்பு மீசையும் கன்னத்தில் இரண்டொரு முகப் பருக்களும் அவன் வாலிபத்தை நெருங்குகிறான் என்று முரசறைந்தன...

அவனின் தோற்றம், செல்வமணியின் உள்ளத்திலே சபல நினைவுகளை உற்பத்தியாக்கக் காரணமாயிருந்தது.

❋

அன்று பகல் ஒன்றரை மணியாகவும் சாப்பிடப் போன பசுபதி திரும்ப வரவில்லை. அவன் சாப்பிட்டு விட்டுத் துரைக்கும் சாப்பாடு கொண்டு வருவது வழக்கம். நேரம் போகப் போக ஒரு மணிக்கு முன்பு சாப்பிட்டுப் பழக்கப்பட்ட அவன் வயிறு பசியால் துடித்தது. ஆகவே கடையைச் சாத்திவிட்டு, கைத்தடியையும் எடுத்துக் கொண்டு, தடியையே விழிகளாகக் கொண்டு நடந்து பழக்கப்பட்ட பாதை வழியே, வீடு நோக்கி நடந்தான்.

அவன் வீட்டில் படிக்கட்டில் ஏறியதும் உள்ளே நடந்த பேச்சுக் குரல் நன்றாகக் கேட்டது.

"செல்வம், எவ்வளவு காலந்தான் ஒளிவு மறையாக நடப்பது? வா, என்னுடன் வந்து விடு, உன்னை என் இதயராணியாக வைத்துக் காப்பாற்றுவேன். உன் அழகு வெறும் காட்டு நிலாவாகவா போய்விடவேண்டும்? என்ன சொல்லுகிறாய்?"

"பசுபதி! என் அழகை அள்ளிப் பருக அவரால் முடிய வில்லைதான்; ஆனால் என் அன்பைப் புரிந்து கொண்டவர், அவர்!

நான் அவரின் ஊன்றுகோல். என்னைப் பிரிந்து அவரால் வாழ முடியாது. ஆனபடியால் நான் உன்னுடன் வரமாட்டேன்"

"உண்மை அதுவென்றால் என்னை ஏன் விரும்புகிறாய்? உள்ளம் ஒருவனுக்கும் உடல் வேறொருவனுக்குமா? உன்னைக் கெஞ்சிக் கேட்கிறேன். என்னுடன் வந்துவிடு, நம்மைக் கண்டுபிடிக்கமுடியாத எங்காவது போய்விடுவோம்."

"பசுபதி, நான் உன்னை நேசித்தது உண்மைதான்; அவர் நான் வணங்கும் தெய்வம்! நீயோ படையலைப் புசிக்க விரும்பும் பக்தன் என்பதைப் புரிந்து கொண்டேன்; நீ வெறும் அழகைத்தான் விரும்புகிறாய்; ஆனால் அவரோ என் அன்பை விரும்புகிறார்; அன்பை நேசிக்கிறார். இதில் எது உயர்ந்தது?

"நீ பெண் உள்ளத்தைச் சரியாகப் புரிந்துகொள்ளவில்லை. அதற்காக வருந்துகிறேன்; நான் சலனமடைந்தது உண்மைதான்; இன்று என்னைத் திருத்திக் கொண்டு விட்டேன். உன்னைக் கடைசித் தடவையாகக் கேட்கிறேன்; இன்றுடன் சகோதரனாக மதித்துக் கேட்கிறேன்; என்னை மறந்துவிடு!"

உள்ளே விக்கி விக்கி அழும் குரல் கேட்டது. அங்கு எழுந்த விக்கல் தொனி துரையின் இதயத்தைப் பிழிந்து வலியெடுக்கச் செய்தது. உள்ளே போக அடியெடுத்தான் மனம் மறுத்தது. வந்த சுவடே தெரியாமல் திரும்பி நடையைக் கட்டினான்.

"கை நிறைந்த பொன்னைக் காட்டிலும் கண் நிறைந்த கணவனே மேல்" என்ற பழமொழியொன்று விகற்பமான அர்த்தத்துடன் அவனுடைய எண்ணச் சுவரிலே பட்டு எதிரொலி செய்து கொண்டேயிருந்தது.

✪

அவனுடைய சிந்தனை ஓயவில்லை; செல்வமணியின் குரலால் சுழன்று கொண்டிருந்த எண்ணச் சக்கரம் நின்றது.

"சமைக்கப் பிந்திவிட்டது பசுபதியையும் காணோம் ரொம்பப் பசியாக இருப்பீர்களென்று நினைத்துச் சாப்பாட்டை நானே கொண்டோடி வந்தேன்...ஹூம்-எழுந்து கையை அலம்புங்கள்" என்றபடி கூசாவை அவன் கையில் கொடுத்தாள்.

துரை குனிந்த தலையை நிமிர்ந்து ஒளியற்ற கண்களைக் கொண்டே அவள் உள்ளத்தை ஊடுருவிப் பார்ப்பவன்போல் நோக்கினான்.

இமைகள் வெட்டி வெட்டி முழித்தன. கண்களில் கண்ணீர் உருண்டுகொண்டிருந்தது.

"என்ன, கண்களில் கண்ணீர் ?" என்று கேட்டபடியே சேலைத்தலைப்பால் அவன் கண்களைத் துடைத்து விட்டாள்.

சாப்பாட்டை உருண்டையாகக் குழைத்துக் கொடுத்தாள்; அதைச் சாப்பிட்டபடி இருந்தான் அவன். அவளை அறியாமல் பெருமூச்சொன்று நெஞ்சாழத்திலிருந்து வெளிவந்தது.

"நான் உங்களை ஒன்று கேட்கிறேன்; செய்வீர்களா ?" என்று உறுதி தொனிக்கக் குரலை உயர்த்திக் கேட்டாள் செல்வமணி.

"என்ன செல்வம்? ஏன் புதிர் போடுகிறாய்? கேளேன். நீ கேட்டு எதையாவது எப்பொழுதும் மறுத்ததுண்டா ?" என்று கேட்டபடி ஆவலுடன் முகத்தை அவள் பக்கம் திருப்பினான்.

"இந்த மாதத்துடன் பசுபதியைக் கடையை விட்டு நிறுத்திவிடுங்கள்-சம்பளம் கொடுக்க நமக்குக் கட்டி வரவில்லை. சின்னப் பொடியனாக ஒருவனை வைத்தால் போதும்!" என்றாள்.

அதற்கு அவன் விளக்கமே கேட்கவில்லை. கேட்கத் தோன்றவுமில்லை. சம்மதத்திற்கு அடையாளமாகத் தலையை மட்டும் ஆட்டினான்.

பெண்களைப் போலவே வாழ்க்கையும் அவனுக்கு அந்தக் கணத்தில் பெரும் புதிராகத் தோன்றியது. "உண்மையில் வாழ்க்கை கூட ஒரு பெரும் புதிர்தானா ?" என்று சிந்தித்தான்

காற்று சலசலத்து வீசியது. அருகில் நின்ற சைக்கிளின் பின் சக்கரம் லேசாகச் சுழன்றது.

'வீரகேசரி' 2-1-55

இந்நாட்டு மன்னர்கள்

முதலாவது உலக மகா யுத்தத்தின்போது, இறக்குமதியாக்கப்பட்ட 321-ம் நம்பர் பஸ் இன்னமும் பிரயாணிகளை "ஏற்றி இறக்கி"க் கொண்டிருக்கும் பெருமை, எங்கள் நகரத்துப் பஸ் நிலையத்துக்குத் தனிப் பெரும் சொந்தமாக இருந்து வருகிறது. இந்த அற்புதமான சம்பவத்தை எங்கள் பஸ் நிலையத்தைத் தவிர வேறு எங்கும் பார்க்க முடியாது. இப்படியான அதிசயத்தை எண்ணி எண்ணிப் பல தடவை ஆச்சரியப்பட்டவர்கள் உண்டு. இப்படிப்பட்ட புகழை முறியடிப்பதற்கு வேறெந்த நாட்டுப் பட்டணங்களாவது முன் வந்தாலும், இந்த ஒரேயொரு விஷயத்தில் மட்டும் எங்கள் நகரத்துப் பஸ் நிலையம் நிச்சயமாக அவை யாவற்றையும் தோற்கடித்து விடும் என்பது உறுதி!

இப்படிப்பட்ட சர்வதேசப் புகழைத் தனியுடைமையாகக் கொண்ட நமது பட்டணத்துப் பஸ் நிலையத்தில் ஒரு நாள்; வெள்ளிக்கிழமை; மாலை ஐந்து மணி.

காற்சட்டை சகிதம் ராஜ்கபூர் மீசையுடன் 'ஜங்கி'த் தலையிழுப்பு அலங்காரத்துடன் வெகு "டிப்டாப்" பாக "டிரஸ்" பண்ணிக்கொண்டு அலட்சிய சுபாவத்துடன் எங்கேயோ தனது பார்வையைச் செலுத்தியபடி காட்சியளித்தான் வாலிபன் ஒருவன்.

பஸ் நிலையத்துக்கு முன்னாலிருக்கும் பழக்கடைகளிலிருந்து "வயிற்றுவலி வந்திடுத்தே, அக்கா!" என்ற விளம்பர வானொலி இசை நிலையத்தில் நின்றவர்கள் அத்தனை பேர்களின்

காதுகளையும் செவிடுபடும்படி செய்து கொண்டிருந்தது. தலைவலி மாத்திரைக் கம்பெனிக்காரர்கள்தான் அந்த வயிற்று வலி விளம்பரத்தைச் செய்கிறார்கள் போலும்!

இந்தக் களேபரத்தில் பஸ்ஸுகள் போவதும் வருவதுமாய் இருந்தன. பிரயாணிகள் ஏறுவதும் இறங்குவதுமாய் இருந்தனர்.

இதை ஒன்றையுமே கவனிக்காமல் அந்த வாலிபன் தெரு விளக்குக் கம்பத்திலே ஒரு கையை ஊன்றியபடி முன்னைப் போலவே நின்று கொண்டிருந்தான்.

"ஐயா............" பின்னாலிருந்து குரல் கேட்டது.

வாலிபன் தலையைத் திருப்பிக் குரல் வந்த பக்கத்தைப் பார்த்தான்.

சிறிய வெண்தாடி; அறுபதோ, எழுபதோ என்று அறுதியிட்டுச் சொல்ல முடியாத தோற்றம், குடுகுடுப்பைக்காரனைப்போல, பல வர்ணத் துண்டு துக்காணிகளை ஒட்ட வைத்துத் தைத்து, உடை என்ற பெயரால் அரையில் ஒரு துண்டு, எண்ணெயற்று எரிந்து கொண்டிருக்கும் விடி விளக்கைப் போல் சோபையற்ற கண்கள், அக்கண்களில் பயம் கலந்த சோகம். இத்தனை அலங்காரங்களுடன் "பசியில் கிடக்கும் திருவுரு!" வமாகக் காட்சி தந்தான் ஒரு கிழவன்- அவனொரு பிச்சைக்காரன்.

"என்ன?" என்று கேட்கத் தோன்றவில்லை வாலிபனுக்கு இப்படியானவர்களைச் சந்திப்பதற்காகவே அவன் உடைகளைத் தேர்ந்தெடுத்து அணிந்து கொண்டிருக்கிறான்? இப்படியான பஞ்சைப் பராதைகளை விசாரிப்பதற்காகவா அவன் நிலைய ஓரத்தில் நின்றபடி மோனத்தவம் செய்து கொண்டிருந்தான்? அவன் எண்ணங்கள் வேறு!-அவன் இலட்சியமும் வேறு! இருந்தும் மனம் ஏனென்று கேட்கத் தோன்றினாலும் உடை அவனைத் தடுத்துவிட்டது. வாய் பேசாமல் தலையைத் திருப்பிக் கொண்டான்.

மீண்டும் "ஐயா........!" என்று பரிதாபமாக அந்தக் குரல் ஒலித்தது.

வாலிபனுக்கு ஏனென்று கேட்க எண்ணமுமில்லை விருப்பமுமில்லை. இருந்தும் அலட்சியமாக அந்தக் கேள்வியைக் கேட்டான். "என்னது ? என்ன வேண்டும் உனக்கு ?"

"ஐயா .... ஒரு ஐந்து சதம் குடுங்க, பசியாவிருக்கு............ வெறும் தேத்தண்ணி குடிக்கப் போறன் ...." என்று சொல்லிக்கொண்டு உதட்டை நாக்கால் நனைத்தபடி உதட்டில் ஈரப்பசுமையைத் தடவி விட்டுக் கொண்டான் கிழவன். கிழவனின் முகம், முகத்தின் தோற்றம், கண்களின்வேட்கை எல்லாமாகச் சேர்த்து அவன் 'பசி வியாதி' யினால் வேதனைப்படுகிறான் என்று சொல்லாமல் சொல்லின. உண்மையும் அப்படித்தான்.

வாலிபன் மௌனமாக நின்றான்..

கிழவனுக்குச் சந்தேகம் தோன்றியது. தான் கேட்பது ஐயாவின் காதில் விழவில்லையோ, அல்லது தான் சொல்ல நினைத்தது தன் வாயிலிருந்தே வார்த்தைகளாக வெளிவர வில்லையோ என்ற சந்தேகம் வந்து விட்டது. தொண்டையை ஒருமுறை செருமிக்கொண்டான்.

"ஐயா, வெறும் தேத்தண்ணிக்கு ஐஞ்சு சதம் குடுங்க ....ரொம்பவும் பசியாயிருக்கு........" இதைக் கொஞ்சம் உரத்த குரலில் சொல்லி வைத்தான்.

வாலிபன் "சள்ளென்று"விழுந்தான். "இந்தா;போ போ ! காசுமில்லை, ஒண்ணுமில்லை ! சும்மா அலட்டாமல் போய்த் தொலை !"

கிழவன் இதைக் கேட்டுப் போய்விடவில்லை. இந்தச் சிதறிய திட்டைக் கேட்டு அசந்துவிடும் பேர்வழியல்ல அவன். தொழில் முறையில் இப்படிப் "பலதும் பத்தும்" நடக்கத் தான் செய்யும். இதைத் தனது தினசரித் தொழில் அநுபவத்தில் கண்டறிந்தவன். இப்படித்தான் ரோஷம்கொண்டு அப்பால் போய் விட்டால் அப்புறம் அந்த ஒரு சாண் வயிற்றுக்கு அவனால் எப்படிப் பதில் சொல்லித் தப்பிவிட முடியும் ?

வயிறு அவனைப் பேசச் செய்தது. வாய் இரந்து வேண்டிற்று "ஒரேயொரு ஐந்து சதம் குடுங்க ரொம்பப் புண்ணியமாய் இருக்கும். ஆண்டவன் உங்களுக்கு ஒரு குறையும் வைக்கமாட்டான். மலை போல வாரதெல்லாம் பனி போல............". பிச்சைக்காரன் தனது அநுபவக் கலையைக் காட்டத் தொடங்கினான். அவனுக்குத் தெரியும் எத்தனையோ இளகாத நெஞ்சங்களையெல்லாம் தனது "கலைச்சொற்கள்" மூலம் இளக வைத்துத் திக்குமுக்காடச் செய்த சம்பவங்கள்.

சென்ற வெள்ளிகிழமை கூட.......... இதேயிடத்தில் ஒரு கல்லூரி மாணவன் ஒரு மாணவியுடன் ஏதேதோ "கதை"த்துக் கொண்டு நின்றான். அவன் அடிக்கடி கைலேஞ்சியை எடுத்து முகத்தைத் துடைத்து கொள்வதும், மாணவியுடன் அர்த்தமற்று, அசட்டுப் புன்னகை செய்வதும் கிழவனின் "கலைக் கண்" களுக்குத் தட்டுப்பட்டு விட்டது. அவர்களை அவர்களின் வயதை, அவர்கள் கொண்டிருக்கும் "அந்த" அதையும், ஒரு நொடியில் புரிந்து கொண்டான். உடனே தொழில் ஞாபகம் அவனைப் பற்றிக் கொண்டது. அத்துடன் கொஞ்சம் கலையையும் சேர்த்துக்கொண்டான்.

"ஐயா........."

அந்த வாலிபன் திரும்பிப் பார்த்தான்.

கிழவன் தொடர்ந்து சொன்னான்: "மனம் போல உங்கள் வாழ்வு சிறக்க வேணும், ஆண்டவன் உங்களை ஆசீர்வதிப்பார்; உங்களுக்கு ஒரு குறையும் வராது! மலைபோல வாரதெல்லாம் பனிபோலப் போய்விடும்....." என்று நீட்டி முழக்கிப் "பிச்சைக்காரச் சோதிடம்" சொன்னான்.

மாணவன் லேசாகச் சிரித்தான், அவன் சிரிப்பில் வெட்கம் படர்ந்திருந்தது. மாணவியும் சிரித்து வைத்தாள்! அவள் சிரிப்பில், கொழு கொம்பில் படரத் துடிக்கும் கொடியின் முடிமுடிப்பு லேசாகக் காட்சியளித்தது. இருவரும் புன்சிரிப்புச் சிரித்துக்கொண்டனர்.

அவன் அவளைப் பார்த்தான்; அவளும் அவனைப் பார்த்தாள். இருவர் கண்களும் நயன பாஷையில் ஏதோ பேசிக் கொண்டன; அதில் 'ஏதோ' அர்த்தம் தொனித்தது.

மாணவன் பர்ஸைத் திறந்தான். "சில்லறை இல்லையே" என்று முணுமுணுத்தவன், ஐம்பது சதக் காசை எடுத்து அலட்சியமாகக் கிழவன் கையில் போட்டான்.

இந்த நிகழ்ச்சியைப் பார்த்துக்கொண்டு நின்ற மாணவி மாணவனைப் பார்த்து அந்தப் புன்சிரிப்பை`ச் சிதறவிட்டாள் அவள் கண்களில் வியப்பும், காதலும் விரவி நின்று ஒளி செய்தன.

கிழவன் தேர்தல் காலத்தில் சில தலைவர்கள் போடுவதைப் போல, நின்ற கும்பிடு ஒன்றைப் போட்டுவிட்டு நகர்ந்தான்.

இந்தச் சம்பவம் அவனது ஞாபகத்துக்கு வந்ததும் அவனது வாய் சும்மா இருக்கவில்லை. ராகம் போடத் தொடங்கிவிட்டது.

"உங்கள் மனம்போல வாழ்வு உங்களுக்குக் கிடைக்கும்..... ஆண்டவன் கிருபையால் உங்கள் மனதிலுள்ள விருப்பங்கள் எல்லாம் கூடிவரும். ஒரு ஐஞ்சு சதம் குடுங்க ஐயா........" என்று பஞ்சப்பாட்டுப் பாடினான்.

"அட சீ ! முகரக் கட்டையைப் பாரு ! மனிசனைச் சும்மா, சும்மா அலட்டுறாயே, மரியதையாகப் போகிறாயா, பொலீஸைக் கூப்பிடட்டுமா ?" என்று வாலிபன் சீறி விழுந்தான்.

பொலீஸ் என்ற வார்த்தையைக் கேட்டதும், பிச்சைக்காரக் கிழவன் திடுக்கிட்டுவிட்டான். பல தடவைகளில் பிச்சைக்காசில் பங்கும், பதிலுக்கு உதையும் வாங்கியது அவனுக்கு ஞாபகம் இருந்தது. உலக சமாதானம் என்ற கோஷத்தைக் கேட்டு ஓடி ஒழிக்கும் யுத்த வெறியனைப்போல,கிழவன் பொலீஸ் என்ற வார்த்தையைக் கேட்டதும், அந்த இடத்தை விட்டு ஒதுங்கி நிழலில் நின்றான். அவன் கவனம் அப்போதும் அந்த நாகரிக வாலிபன் மேலதான் இருந்தது.

ஐந்து நிமிஷங்கள் சென்று விட்டன.

'மாட்டினி ஷோ' முடிந்து ஐந்தாறு மாணவர்கள், பஸ்ஸைப் பிடிப்பதற்காகக் 'குடல் தெறிக்கும்' வேகத்தில் ஒடோடி வந்தனர்.

அவர்களைக் கண்டதும் காவல் நின்ற வாலிபனுக்கு முகம் மலர்ந்தது; அகமும் குளிரத்தான் செய்தது. மகிழ்ச்சியுடன் அவர்கள் ஏறப்போகிற பஸ்ஸை நோக்கி நகர்ந்தான்.

"ஐசே,பிரதர்ஸ் பிளீஸ்! ஒரு பத்துச் சதம் குடுங்க! ஒரு 'ரென்சென்ஸ்' குடுத்தால் போதும்" என்றான் காத்து நின்ற நாகரிகப் பிச்சைக்காரன்.

இந்த வார்த்தைகளை அவன் சொன்னபோது வெகு அலட்சியமாகச் சில ஆங்கில வார்த்தைகளைச் சேர்த்துச் சொன்னான். அத்துடன் இரண்டு கைகளையும் காற்சட்டைப் பைகளுக்குள் நுழைத்தபடி பார்த்துப் புன்சிரிப்புச் சிரித்தான்.

வந்தவர்கள் அவனை ஒரு தடவை ஏற இறங்கப் பார்த்தனர். இவன் கேட்ட பாணி, அவனின் புன்முறுவல், அவன் உடுத்தியிருந்த உடை ஆகியவை, வந்தவர்களில் ஒருவனுக்கு அவன் மீது அனுதாபத்தை ஏற்படுத்தியது. தன்னுடைய எதிர்காலம்கூட, இப்படித்தான் படித்துவிட்டு வேலை கிடைக்காமல் தினசரித் தேவைகளுக்கே 'தரிகிணதோம்' போடும் 'தெருவளக்கும் கூட்டத்தாருடன் ஐக்கியப்பட்டு விடுமோ என்று பயந்தானோ என்னமோ, பத்துச் சதக் காசை எடுத்துச் சுண்டிவிட்டான்.

பஸ் நகர்ந்தது.

சுண்டி விடப்பட்ட காசு நிலத்தில் கிடந்த கல்லில் பட்டு கணீரென்று ஒலித்தது.

வாலிபன் ஆவலுடனும் பரபரப்புடனும் அந்தப் பத்துச் சதத்தைக் குனிந்தெடுத்தான்!

அன்று வெள்ளிக்கிழமை; இலங்கையின் சுதந்திர தினம் என்று வானொலிப் பெட்டி அறிவித்தது. அத்துடன் வானொலிப் பாட்டு இனிமையுடன் ஒலித்தது.

"எல்லோரும் ஓர் குலம்; எல்லோரும் ஓரினம்; எல்லோரும் இந்நாட்டு மன்னர்கள்! எல்லோரும்………"

இந்தப் பாட்டுக்கூட, இந்த நாட்டின் விளம்பரக் கலையின் தந்திரமோ, என்னமோ!

"இவனும் ஒரு பிச்சைக்காரன்தானா" என்று முதலில் முணுமுணுத்தான் கிழவன். வேலை கிடைக்காததினால் என்னைப்போல இந்நாட்டு மன்னர்கள் கோஷ்டியில் சேர்ந்துள்ளான் போலும் என்று தனக்குள்ளே சமாதானம் கூறிக் கொண்டான், பின்னர்.

'வீரகேசரி' 1-7-56

நீர் மேல் எழுத்து

கல்லூரியில் நடக்கும் விளையாட்டுப் போட்டிக்குப் போவதற்காகச் சிங்காரித்துக் கொண்டு, ஜன்னலில் நின்று தெருவைப் பார்த்தாள் பூங்கோதை. தெருவில் எதையும் லட்சியம் செய்யாமல் ஜன்னலையே பார்த்துக் கொண்டு நின்றான் துரை.

"என்ன பார்க்கிறாய்" என்று பூங்கோதை கேட்டாள். அவனது கண்களை நேருக்கு நேராகச் சந்தித்தும் அந்த மதுக் கண்களின் கவர்ச்சி, அவளைக் கேலி செய்யத் தூண்டிற்று.

"ஒன்றுமில்லை......ஒன்றுமில்லை........." என்று தடுமாறினான் துரை. அவனது பயத்தையும், தடுமாற்றத்தையும் பார்க்க அவளுக்குச் சிரிப்புத்தான் வந்தது. ஆனால் இதழ்களில் மலர இருந்த புன்னகையை உதட்டைக் கடித்து நிறுத்தி விட்டு, "வேற என்ன பார்த்தாய்?" என்று மறுபடியும் அதட்டினாள். அவன் உடல் மழையில் நனைந்த கன்றுக் குட்டியைப்போல நடுக்கமெடுத்தது.

"மணி என்ன என்று பார்த்தேன்" என்று தடுமாற்றத்துடன் ஏதோ விளக்கம் கொடுத்தான்.

"சரியான புத்திசாலித்தான் நீ! மேல் மாடியில் மணிக் கூடு; வீதியிலே நீ; எப்படி மணி பார்க்க முடியுமா?"

"பார்த்துவிடலாமென்று முயற்சித்தேன்."

"ஓகோ !......உனது கண்கள் என்ன 'எக்ஸ்ரே' கண்களா ?

"பூங்கோதை, யாருடனடி பேசுகிறாய் ?" என்று அடுக்களையிலிருந்து வெளிவந்த குரல் கேட்டது. அது தரைக்கும் எட்டிற்று.

"கல்லூரியில் நடிக்க இருக்கும் நாடகத்திற்கு ஒத்திகை பார்க்கிறேன் அம்மா !" என்று கூறிவிட்டு மறுபடியும் ஜன்னல் வழியே நோக்கினாள் அவள்.

"டாங்...........டாங்............டாங்........... !" மணி மூன்றடித்து ஓய்ந்தது.

கையை வெளியே நீட்டி மூன்று விரல்களைக் காட்டினாள். செழிப்பான நிலத்தில் விளைந்த பிஞ்சு வெண்டைக் காயைப் போலிருந்த அந்த விரல்களைப் பார்த்து அவன் வியந்தான். அவள் அவனுடைய பேசும் விழிகளில் தன்னுடைய விழிகளை ஒன்ற வைத்தாள்.

கண்களை ஜன்னலிலும், காலை வீதியிலும் வைத்திருந்த அவனை எதிரே வந்த வழிப்போக்கன் ஒருவன் மோதி விட்டான். அதைப் பார்க்க அவளுக்குச் சிரிப்புச் சிரிப்பாக வந்தது. சிரித்தாள் பலமாகச் சிரித்தாள்.

"பூங்கோதை, உன்பாட்டிலே யாருடனடி சிரிக்கிறாய் ?" என்று அவள் அம்மா மறுபடியும் இரைந்தாள்.

"ஒத்திகையென்றால் சும்மாவா அம்மா ? அதில் சிரிக்கும் கட்டங்கள் நிறைய இருக்கின்றன."

தன் பதிலை நினைக்க அவளுக்கே சிரிப்பு வந்தது ஒலியில்லாச் சிறுநகைகளைச் சிதற விட்டாள்

✵

செல்லப்பர் அந்தப் பகுதியிலேயே நல்ல செல்வாக்கு உள்ளவர். பணம் படைத்தவர். கிளிநொச்சி, பளைப்பகுதிகளில் அவருக்கு ஏராளமான வயல்களும், தென்னந்தோட்டங்களுமுண்டு. அவரை நம்பி வாழும் தொழிலாளிதான் சண்முகம். சண்முகத்தின்

ஒரேயொரு செல்ல மகன் துரை. துரையை எப்படியாவது படிக்க வைத்து விடவேண்டுமென்று அவனது தாய் தகப்பன் வாயைக் கட்டி, வயிற்றைக் கட்டி, மாதா மாதம் தங்களின் உழைப்பை ரூபாயாக்கி எசமான் வீட்டிலே கொடுத்து வைத்தனர். தங்கள் உழைப்பின் பயனாகத் துரை ஒரு பட்டதாரியாக நடமாடுவான் என அவர்கள் நம்பினார்கள்.

செல்லப்பரின் செல்வப் புதல்வி பூங்கோதை. பெரிய தோட்ட முதாலாளியின் குடும்பம் என்றால் கேட்கவா வேண்டும்? பசி-பட்டினி, இல்லாமை இவைகள் இந்த உலகில் இருக்கின்றனவா, இல்லையா என்பதைப் பற்றி அவளுக்குத் தெரியாது. கல்லூரி வாழ்க்கை மாடிவாசம் இவையெல்லாம் அவளிடம் நாகிரீகத்தைத் திணித்திருந்தன.

துரையை, அவள் சிறியவளாக இருந்த பொழுது தெரிந்தோ, தெரியாமலோ 'மண் வீடு' கட்டி விளையாடவோ 'கண்ணாமூச்சி' விளையாடவோ அழைத்திருக்கலாம். அந்தஸ்து என்ற முள்வேலியைப் பற்றி அறியாப் பருவமுள்ள அவன் கூடச் சலனமின்றிப் பழகியிருக்கலாம். என்ன இருந்தாலும் கேவலம், அவன் பூங்கோதை 'ஏய்' என்று கூப்பிடும் அப்பனின் மகன்தானே!

மலையிலிருந்து ஒன்றன் பின் ஒன்றாக உருண்டு விழும் பாறாங் கற்களைப் போன்று ஆண்டுகள் உருண்டோடிக் கொண்டிருந்தன. காலம் என்ற சிற்பி அவர்களது உருவத்தில், பருவமென்ற மாயப் பொடியைத் தூவி உருவாக்கி விட்டான். இருவரிடமும் அவன் ஓரவஞ்சனை காட்டவில்லை. காலக் குப்பை மேடு குவிந்து கொண்டிருக்கும் பொழுது 'குழந்தை உள்ளம்' என்ற மாணிக்கம் அதிக ஆழத்திலே மறைந்து கொண்டிருந்தது.

பூங்கோதையையும், அவளது புத்தகக் கட்டையும் சுமந்துகொண்டு செல்லப்பரின் 'மோரீஸ் மைனர்' கார் வழிவிட்டு ஊர்ந்து செல்லும். அதன் 'ஹார்ன்' சத்தம்கேட்டு வழிவிட்டு வீதியின் ஓரத்தில் புத்தகம் சுமந்து கொண்டு வேர்க்க விவிறுக்க நடந்து செல்லும் துரையைப் பார்த்துச் சிரிப்பாள் பூங்கோதை. அவளது அந்த மோகினிச் சிரிப்புக்கு ஆயிரம் அர்த்தங்களைக்

கற்பிக்க முடியுமென்பதை அப்பாவியான துரையினால் அப்பொழுது அறியவே முடியவில்லை. வானத்தில் கண் சிமிட்டிக் காதல் மொழி பேசும் தாரகைகளை ஏழைகள் பார்த்து ரசிப்பதில் ஏதாவது அர்த்தம் இருக்கின்றதா ?

பூங்கோதை, துரையினுடைய ஏழ்மையையும் அந்தஸ்தையும் வெறுத்தாலும், அவனுடைய அழகை மட்டும் அவளால் வெறுக்க முடியவில்லை. அவனை அடிக்கடி பார்க்க வேண்டுமென்ற 'நப்பாசை' அவளுடைய இதயத்தின் ஒரு மூலையில் வளர்ந்து கொண்டே இருந்தது.

அவளுடைய மாடிவீட்டின் வடக்குப் பக்கம்தான் துரையின் குடிசை வீடு இருந்தது. அவனையும், அந்த ஏழைக் குடிசையையும் பார்க்க, அவள் அந்த மேல் மாடியின் வடக்குப் பக்க ஜன்னலைப் பயன்படுத்திக் கொண்டாள்.

கணுக்கால் மறையாது நாலு முழத் துண்டு கட்டிக் கொண்டு ஏதாவது வேலையில் ஈடுபட்டிருப்பான் துரை. அப்பொழுதெல்லாம் மாடியிலே நின்று பூங்கோதை விடுத்த வேல்விழி வீச்சுக்களெல்லாம் அவனது விலாவைக் காயப்படுத்தின.

"அவள் ஏன் அடிக்கடி என்னைப் பார்க்க வேண்டும் ?" என்று அவன் பல தடவை எண்ணியதுண்டு.

இவ்வித எண்ணங்களின் மத்தியில் அவன் பைத்தியக்காரனாகிக் கொண்டிருந்த பொழுதுதான் அந்த மணி பார்த்த சம்பவம் நிகழ்ந்தது.

ஏதோ ஒரு கல்லூரி நாடகத்திற்கு ஒத்திகை என்று தாயிடம் சமாதானம் சொல்லி விட்டாலும், எதிரே வரப் போகும் ஒரு பெரிய 'வாழ்க்கை' நாடகத்திற்கு முதல் ஒத்திகை நடந்து விட்டது என்று அவள் மனதில் ஏதோ ஒன்று உறுத்தியது.

விதை ஊன்றியாகி விட்டது; சந்திப்பு என்ற உரம் தூவப்பட்டது. கண் வீச்சால் வெட்டப்பட்ட வாய்க்கால் வழியாக வார்த்தை ஜாலம் என்ற தண்ணீர் ஓடிக் கொண்டிருந்தது. அன்பு என்ற செடி வெகுசெழிப்பாகக் கிளைவிட்டு வளர்ந்தது.

மாடி வீடு கடிதம் கடிதமாகக் கொட்டியது; ஆனால் கூரை வீட்டுக் கடிதங்களால் மேல் மாடி வரைக்கும் பறக்க முடியவில்லை.

"எக்ஸிபிஷன் வருகிறீர்களா ? நாடகம் பார்க்க வேண்டாமா ? கல்லூரி விழா தெரியுமா ? ரீகலில் புதிய படமாமே"-

இப்படியெல்லாம் மாடி வீட்டிக் கடிதங்கள் கேட்டுக் கொண்டே இருந்தன. கால அட்டவணை, நிகழ்ச்சி நிரல் ஆகியவை 'டைப்' அடிக்கும் காரியாலயம் மேல் மாடிதான். கூரை வீடோ சதா 'ஆமாம்' போட்டுக் கொண்டேயிருந்தது.

✪

இன்னும்மொரு நாள். . .

மென் சூடேறி வெப்பக் காற்றுச் சிறிது சிறிதாகக் குறைந்து, காற்றில் குளிர் தட்டியது. நீல வானவெளியில் கருமேகங்கள் படகுகள் போன்று அசைந்து கொண்டிருந்தன. அடிக்கொரு தரம் அடி வானத்தில் மின்னல் கிளைவிட்டுக் கொடி காட்டி மறைந்தது. 'சோ' என்று இரைச்சலிட்டுப் பெய்ய ஆரம்பித்த மழை, பழுத்து உதிர்ந்து விழும் நாவற் பழங்களைப் போன்று 'பட், பட்' என்ற ஓசையுடன் 'பெருத்து'க் கொண்டிருந்தது. வெளியே நடந்து கொண்டிருந்த இந்த இயற்கையின் விளையாட்டைப் பொருட்படுத்தாமல் மாடி வீட்டுக் கடிகாரம் மணி பதினொன்று அடித்து ஓய்ந்தது.

"பாவம் துரை நனைவாரே" என்று நினைத்த பூங்கோதை தாழிடப்பட்டிருந்த ஜன்னற் கதவுகளைத் திறந்தாள். ஜன்னல் வழியே வெளியேறிய வெளிச்சத்தில் மழைத் துளிகள் மின்னிச் சிதறின, அவள் அதைப் பார்த்துக் கொண்டு நின்றாள்

நிலத்திலிருந்த 'பல்லாங் குழி' களை நிரப்பியிருந்த மழைத் தண்ணீர் வடிந்து கொண்டிருந்தது. இப்பொழுது தூறலின் ஓசை குறைந்த மழையே நின்று விட்டது. இடையிடையே பயங்கரமான இடி ஓசை எங்கோ தூரத்தில் கேட்டபடி இருந்தது.

திடீரென்று கண்ணைப் பறிக்கும் மின்வீச்சொன்று கணத்தில் தோன்றி மறைந்தது. மணல் மேட்டில் ஏதோ ஒரு உருவத்தைக் கண்டதும் பூங்கோதையின் தேகம் புல்லரித்தது. அந்தக் காட்சி அலைந்து கொண்டிருந்த அவள் உள்ளத்துக்குச் சாந்தியளித்தது....

மாடியில் இப்பொழுது வெளிச்சமில்லை. கறுப்போடு கறுப்பாகக் கொல்லைப்புற மண்மேட்டில் ஏதோ ஒரு உருவத்தை கண்டதும் பூங்கோதை "துரை" என்று அடி வயிற்றிலிருந்து வெளிவந்த ஓசையை, நுனி நாக்கால் மழுப்பினாள்.

"துரை, கொட்டும் மழையில் ஏன் நனைந்தீர்கள் ?"

"நீ எனக்குக் குடை கொண்டு வருவாய் என்று நினைத்தே !"

"நீண்ட நேரமாக நிற்கிறீர்களா ?"

"ஆம் !"

"ஏன் நடுங்குகின்றீர்கள் ?"

"நீ கூடத்தான்."

"எப்படித் தெரியும் உங்களுக்கு ? மனத் தத்துவமோ"

"ஏன், நடுங்கவில்லையா ?"

"இல்லையே."

"பொய் பேசவும் உங்கள் கல்லூரியில் சொல்லித் தருகிறார்களாக்கும்........."

"அது உங்கள் கல்லூரியில்தான் !"

"நான் உன் வீட்டு வேலைக்காரனின் மகன்; இதை நினைக்கும் பொழுதாவது உன் உள்ளம் நடுங்கவில்லையா ?"

"அதை ஏன் இப்பொழுது ஞாபகமூட்டுகிறீர்கள் ?"

"உண்மையை ஒப்புக் கொண்டு விட்டாய்"

"இல்லையே."

"அப்படியென்றால்..... ?"

அவள் பதில் சொல்வதில் நேரத்தைக் கடத்தவில்லை. அவன் கைகளைப் பற்றிக் கொண்டாள்; மணல் மேட்டில் இருவரும் இருந்தனர்.

சூரிய வெப்பத்தால் சுண்டிப் போயிருந்த மணல்மேடு, கொட்டிய மழையை உட்கொண்டு இளஞ்சூடான 'ஏப்பம்' விட்டுக் கொண்டிருந்தது. பருவ தாபதத்தால் தாக்கப்பட்டிருந்த அந்த இரு இளம் உள்ளங்களுக்கும் மணல் வெப்பம் ஏதோ ஒரு போதையை ஊட்டியது. அவர்களது மூச்சில் மணல் மேட்டைவிட அதிக வெப்பம் இருந்தது.

பூங்கோதை நெருப்பு வெக்கைபட்ட பசுந்துளிர் போல அவன் மீது துவண்டு சாய்ந்து விட்டாள்.

"பூங்கோதை! என் அப்பா உன் வீட்டு வேலையாள்: சம்பளக்காரன். நான் அவரின் மகன். நீ பெரிய முதலாளியின் மகள். மாடி வீடும் கூரை வீடும் தோழமை கொள்வது முடியாது. காதல் உன் தரத்தவர்களுக்கு வெறும் நிலாச் சோறு, ஒரு பொழுது போக்கு. ஆனால் கல்யாணம் அப்படியல்ல. தவறிவிட முடியாது. காதல் என்பது நீர் மேல் எழுத்து. மானே அழிக்க விரும்பினாலும் சீக்கிரம் 'சாகாத' சாஸனம். கல்யாணத்திற்கு அன்பைவிடப் பணமும் அந்தஸ்தும்தான் முக்கியம். அவற்றுக்குத்தான் முதலிடமுண்டு. உள்ளத்தில் உறுதியில்லாத நாணல் என்று நீ என்னைக் குறை கூறலாம். என் நிலையிலிருந்து நீ நினைத்துப் பார். உன் மாடிவீடு என் கூரை வீட்டை ஏளனம் செய்து கொண்டிருக்கிறது..."

மேலே அவன் பேசவில்லை. அவள் பேசினாள்:

"துரை, நீங்கள் என்னைப் புரிந்து கொள்ளாமல் பேசுகிறீர்கள். பணக்காரன் என்றால் எல்லோரும் மோசமானவர்களா? அவர்களுக்கு இதயமும் இருக்கத்தான் செய்கிறது. நான் என்னிடமுள்ள சகலவற்றையும் இழந்தாலும், உங்களின் இதயத்தைப் பிரதிபலிக்கும் என் இதயத்தை இழந்துவிட மாட்டேன். துரை நீங்கள் ஏழையாய்ப் பிறந்ததால் காதலிக்கக் கூடாது என்று யார் சொன்னது? காதல்தான் மனிதனைக் கவியாக்குகிறது. அவன் சிருஷ்டிகாவியம் அவனை அமரனாக்குகிறது. ஆகவே காதல் செய்பவன்தான் கடவுளாகின்றான்......."

மேலே அவள் பேசவில்லை; அவனும் பேசவில்லை

ஏமாளிகளை ஆட்டிப்படைக்கும் ஒரு எத்தனைப் போன்று மௌனம் ஆட்சி செலுத்திக் கொண்டிருந்தது...

எங்கிருந்தோ ஒரு சுழல் காற்று. அத்துடன் பகலைப் போன்று பளிச்சிட்ட மின்னல். அது அவனுடைய சோகம் தோய்ந்த முகத்தைப் பார்த்துக் குறி பார்த்தது போலும். பூங்கோதை அவன் மடியில் துவண்டு படுத்திருந்தாள்.

அவனுடைய கண்களுக்கு நேரே ஒரு அக்கினிக்கோடி.......

"ஐயோ, பூங்கோதை! அம்மா........ ஐயோ!" -கதறியபடி எழுந்தவன் மண் மேட்டில் உருண்டு விழுந்தான். மேற்கொண்டு கத்த அவனால் முடியவில்லை இருளடைந்த கண்களை வெட்டி வெட்டி முழித்தான். எங்கும் ஒரே இருள்; அந்தகாரம். அங்கும் இங்கும் தட்டுத் தடுமாறிக் கொண்டிருந்தான்.

திடுக்குற்ற அவளுக்கு என்ன செய்வதென்றே புரிய வில்லை. எழுந்திருந்தாள்; ஒரு கணம் சிலை போல் நின்றால் பயம் பிடரி பிடித்துத் தள்ளியது. மறு கணம் பாசியை ஊடறுத்துச் செல்லும் மீனைப் போல மாடியை நோக்கித் திரும்பிப் பார்த்துப் பார்த்து ஒடினாள்.

மறுபடியும் மாடியில் வெளிச்சம் தெரிந்தது சுவர்க் கடிகாரம் ஒன்றடித்து ஓய்ந்தது.

வெளியே அடுத்த 'பாட்டம்' மழைக்கு ஆயத்தமாகக் குளிர் காற்று விசத் தொடங்கியது.

✪

"துரை, உன் கண்கள் எவ்வளவு அழகானவை அவற்றை எனக்குக் கொடுத்து விடேன்!" என்று பலதடவை செல்லமாகத் துரையைக் கேட்டவள் பூங்கோதை.

அழகு சொட்டும் அவன் கரு விழிகளில், புளித்த கள் கொடுக்கும் போதை இருந்தது.

ஆனால் துரையின் நீலக் கண்கள் இன்று சூனியப் பார்வை பார்க்கும் வெறும் கண்ணாடிப் 'போளை' களாகக் காட்சியளித்தன. அசைந்து அசைந்து ஆயிரம் கதைகள் பேசும் அவன் விழியை மூடி நின்ற இமைகள் உணர்வற்று உயிரற்று, சும்மா வெறுமனே ஆடி அசைந்து கொண்டிருந்தன. எல்லோரும் அவனை ஒரு உருக்குலைந்த சித்திரமாக ஒரு தேய்ந்த நாணயமாக மதிக்கத் தொடங்கினர்.

எல்லோரும் அவனுக்காக அனுதாபப்பட்டனர்; செல்லப்பர் மட்டுமல்ல, பூங்கோதைகூட அவனுக்காக அனுதாபப்பட்டாள்!

துரையைப் பொறுத்த மட்டில் கடந்த காலம் ஒரு இன்பக் கனவாகத் தென்பட்டது. கண் பார்வையிழந்த அவனுக்குப் பகல், இரவு என்ற வேறுபாடே இருக்கவில்லை. உலகமே இருண்டதுதான். வாழ்விலே இரண்டு யுகங்களை உருவாக்கிய அந்த இரவு அவனது இருண்ட வாழ்விலே என்றும் பகலாகத் தெரிந்தது.

"குருடனாக இருக்கும் என்னை அவள்........"

இப்படி எண்ணும் பொழுது நூற்றுக்கணக்கான எண்ண அலைகள் அவனுடைய மனத் திரையில் பட்டு அதைக் கிழத்துக் கொண்டிருந்தன. `அவள் அன்பின் திருவுருவம்; காதலின் ஆழம் அவளுக்குத் தெரியும்' என்றெல்லாம் அவன் எண்ணாத நாட்கள் மிகச் சிலதான்.

அணில் அரிக்க, ஒவ்வொன்றாக விழும் முருங்கைப் பூக்களைப் போல, நாட்கள் உதிர்ந்து விழுந்து கொண்டிருந்தன.

ஒரு நாள் அவன் கைக்கோலின் உதவியால் வீதியோரத்தில் நடந்து கொண்டிருந்தான். அப்பொழுது பூங்கோதையின் பேச்சுக் குரல் கேட்டது. பழைய கால நினைவுகள் அவனுடைய நெஞ்சத்தில் சுருண்டு நெளிந்தன.

பேச்சுக் குரல் சமீபித்து விட்டது. சபலம் அவனுக்குத் துணிவைக் கொடுத்தது. "பூங்கோதை ....பூங்கோதை..!" என்று அடக்கமுடியாத உணர்ச்சி வேகத்துடன் அழைத்தான்.

"பூங்கோதை! யாரவன்? உன்னைக் கூப்பிடுகிறான். நீ பேசாமல் வருகிறாயே...."

"அது ஒரு பைத்தியம்......நீ சும்மா வாடி!"

வார்த்தைகள் சம்மட்டி அடிபோன்று, அவனது காதில் விழுந்த எதிரொலியுடன் இரைந்து கொண்டிருந்தன.

தூக்கி நிறுத்திய சிலைபோல அவன் அப்படியே நின்றான்.

அவனுடைய குருட்டுக் கண்களிலிருந்து வழிந்தோடிய கண்ணீரை வெப்பக் காற்று உலர்த்திக் கொண்டிருந்தது.....

'வீரகேசரி' 14-8-55

இவர்தான் அவர்

பாரிஸ்டர் பரமநாதனை உங்களுக்குத் தெரியுமா?

சிரிக்காதீர்கள்!

போயும் போயும் பாரிஸ்டர் பரமநாதனைப் பற்றி எங்களிடம் கேட்டால் சிரிப்புச் சிரிப்பாக வருகிறதே. கொழும்புப் பட்டணத்தில் பாரிஸ்டர் பரமநாதனைத் தெரியாதவர்கள், குறிப்பாகத் தமிழர்கள் இருக்க முடியாதே; இதென்ன பைத்தியக்காரத்தனமான கேள்வி என்ற உங்களின் கேலி கலந்த வார்த்தைகள் காதில் விழுகின்றன. உண்மை.

பாரிஸ்டர் பரமநாதன் யாரென்று நீங்கள் நினைக்கிறீர்களோ, அவர்தான் மிஸ்டர் பரமநாதன்.

பரமநாதன் இங்கிலாந்தில் படித்தவர், அங்குதான் பட்டம் பெற்றவர்; கலியாணம்கூட அங்குதான் நடைபெறுவதாக இருந்தது. ஒரு வெள்ளைக்காரிச்சியை மணப்பதாக இருந்தார். என்ன காரணத்தாலோ அது தடைப்பட்டு விட்டது. இதெல்லாம் பெரிய இடத்து விவகாரம் பாருங்கள். நமக்கென்ன அதைப்பற்றி? விஷயம்தானே நமக்குத் தேவை?

இவரிடம்தான் ரகுநாதன் வேலைக்கு இருந்தான்; அவனுக்குத் திடீரென்று வேலை கிடைத்துவிடவில்லை. மூன்று மாத

காலமாகக் கொழும்பிலுள்ள சந்து பொந்துகளெல்லாம் ஒரு வேலைக்காக, ஒரேயொரு வேலைக்காக அலைந்து களைத்து விட்டான். வேலை கிடைக்க வழியில்லாமல் நம்பிக்கையின் கடைசிப் படியில் நின்றுகொண்டு சில சீர்திருத்த சினிமாப் படங்களில் வந்து போகும் கதாநாயகன் பாணியில் இந்தச் சமுதாயத்தை ஒரு தடவை திட்டித் தீர்க்க வேண்டுமென எண்ணிக் கொண்டான். இந்தச் சமயத்தில்தான் அவன் ஒரு ஆங்கிலப் பத்திரிகையைப் பார்க்க நேர்ந்தது.

அந்தப் பத்திரிகையின் ஒரு மூலையிலிருந்த விளம்பர மொன்று இந்நாட்டு வாலிபர்களை எஸ்.எஸ்.ஸி.படித்த மாணவர்களைக் கூவியழைத்தது.

"திறமையாக ஆங்கிலம் உச்சரிக்கத் தெரிந்தவர்களும், ஆங்கிலத்தில் நல்ல தேர்ச்சியானவர்களும் முற்றாக ஆங்கில நடையுடை பாவனையுள்ளவர்களும்தான் வேலைக்கு மனுப் போடலாம்" என்ற முகவுரையுடன் ஆரம்பித்திருந்த அந்த விளம்பரம் "இரண்டு குழந்தைகளுக்கு இங்கிலீஸ் படிப்பிப்பதற்கு ஒருவர் தேவை" என்று முடிந்திருந்தது.

இதைப் படித்த ரகுநாதன் துள்ளிக் குதித்தான் நம்பிக்கை அவனைக் கைவிடவில்லை. அந்தச் சமுதாயத்தை மனம் குளிரத் திட்டித் தீர்க்கக்கூடிய அந்த நல்ல சந்தர்ப்பம் அவனுக்குக் கிடைக்கவில்லை. எதற்கும் முனைந்து பார்ப்போம் என்ற தன்னம்பிக்கையுடன் மனுப்போட்டு வைத்தான். அழைப்பு வந்தது; நேர்முக பரீட்சையும் நடந்தது.

அப்பாடா! ரகுநாதனுக்கு ஒரு வேலை கிடைத்து விட்டது.

இதுதான் ரகுநாத புராணத்தின் வேலை தேடும் படலம். அது ஒருவகையாக முற்றுப் பெற்றது. அவனின் எஜமானர்தான் மேலே சொல்லப்பட்ட பாரிஸ்டர் பரமநாதன்.

ரகுநாதன் வேலை ஏற்க வந்த அன்றே அதாவது குழந்தைகளுக்குப் பாடம் சொல்லிக் கொடுக்க வந்த அன்றைய தினமே அவனிடம் எஜமானர் என்ற முறையில் தன்னுடைய தெட்டத்

தெளிவான கருத்தைத் தெட்டத் தெளிவாகச் சொல்லிவிட்டார் மிஸ்டர் பரமநாதன்.

"இதா பார்; நீ தமிழனாக இருக்கலாம். நானும் தமிழன்தான். ஆனால் ஒன்று. நீ இந்த வீட்டுக்கு வந்தால் தமிழன் என்பதையே மறந்துவிட வேண்டும். என்னக் காரணத்தைக் கொண்டும் ஆங்கிலத்தைத் தவிர உனது பாஷையில் எனது பிள்ளைகளுடன் பேசக்கூடாது. அப்படிப் பேசினதாக நான் அறியக் கூடாது, சம்மதமானால் சொல்லு. சம்மதமில்லை யென்றால்............" ஆங்கிலத்தில் பொரிந்து தள்ளினார். கண்டிப்பாகக் கேட்டுக் கொண்டார்.

"சரி" என்ற தமிழ் வார்த்தை அவன் உதடு வரைக்கும் வந்தது. வயிறு அந்த வார்த்தையை விழுங்கி விட்டது. ஆம் என்பதற்கு அடையாளமாகத் தலையை மட்டும் ஆட்டி வைத்தான்.

அவருடைய வாதம் நியாயமானது. எதிர்காலத்தில் தனது மக்களை 'கேம்பிரிஜ்ஜுக்கும்' 'ஆக்ஸ்போர்ட்' டுக்கும் அனுப்பிப் படிக்க வைத்து தன்னுடையவும் தமிழனுடையும் பெருமையை இந்தத் தரணியெல்லாம் பறைசாற்ற வேண்டும் எனக் கனவு கண்டு கொண்டிருக்கும் ஒரு தந்தையின் உள்ளமல்லவா அது ? தன்னுடைய ஆசைகளும், விருப்பங்களும் நிறைவேற எவ்வளவு சிரமப்பட வேண்டியிருக்கிறது. ருசியுள்ள கறுத்தக் கொழும்பான் மாம்பழம் சாப்பிடத் தேவையாக இருந்தால் ஆடு மாடுகள் வாய் வைக்காமல் பாதுகாத்து, எவ்வளவு சிரமப்பட வேண்டியிருக்கிறது. மரத்துக்கே இவ்வளவு பாதுகாப்பென்றால், மனிதனுக்கு அதுவும் தமிழனின் புகழை வான் முகட்டில் ஏற்றப் போகும் பாரிஸ்டரின் மக்களுக்கு எவ்வளவு கண்ணும் கருத்தமான பாதுகாப்புத் தேவை, இதைத்தான் பரமநாதன் செய்தார். செய்ய வற்புறுத்தினார். எந்தத் தகப்பனுக்கும் இருக்கக் கூடிய நியாயமான ஆசை தானே இது.

ரகுநாதன் மனப்பூர்வமாகச் சம்மதித்தான். அவரது விருப்பத்துக்கு ஒத்துக் கொண்டான்.

அவனுக்கு ஒன்றே ஒன்றுதான் தேவை. வேலை. அது கிடைத்துவிட்டது.

நாட்கள் நிற்கவில்லை. புதுமணத் தம்பதிகளின் இரவு நேரத்தைப் போல நாட்கள் வெகுவேகமாக ஓடிக் கொண்டிருந்தன.

ஒரு நாள்.

ஏதோ அவசர வேலையாகத் திடீரென்று வீட்டிற்கு வந்த பாரிஸ்டர் பரமநாதன் அப்படியே பதறித் துடித்துப் போய்விட்டார். அவர் நினைக்காதது நடந்து விட்டது; எண்ணாதது நிகழ்ந்து விட்டது. அவர் கற்பனை பண்ணாதது நடந்தே நடந்து விட்டது.

ரகுநாதன் பாரிஸ்டரின் மக்கள் இருவரையும் பக்கத்தே வைத்துக் கொண்டு ஒரு தமிழ்க் கதை சொல்லிக் கொண்டிருந்தான்.

பிழைக்கத் தெரியாத பிள்ளை. தமிழ்க் கதையாக இருந்தால் என்ன ? அதை இங்கிலீஸில் சொல்லியிருக்கலாமல்லவா ? பைத்தியக்காரன். தமிழ்க் கதையைத் தமிழிலேயே சொல்லிக் கொண்டிருந்தான். அவனுக்குத் தமிழ்க் கதை சொல்ல விருப்பமில்லைதான். எப்படியாவது அக்குழந்தைகளைச் சமாதானப்படுத்தி ஆங்கிலக் கதையொன்றைச் சொல்லிவிடலாம் என்றுதான் முயற்சி செய்தான். குழந்தைகள் அடம் பிடித்தன. படிக்க மாட்டோம் என்று சண்டித்தனம் செய்தன. பாவம் குழந்தைகள். தந்தை காலையில் தொழில் நிமித்தம் வெளியே போய் விடுவார். தாய்- அதையேன் கேட்கிறீர்கள் ! கொழும்புப் பட்டண நாகரிகத்தின் ஒரு அம்சம் லேடீஸ் கிளப்பும் டீ பார்ட்டியும் டின்னர் பார்ட்டியும் இதையெல்லாம் மறந்துவிட்டு ஒரு சீமாட்டியால் குழந்தைகளைக் கட்டிக் கொண்டு அழ முடியுமா என்ன ? அவற்றிற்குத்தான் ஆயா இருக்கவே இருக்கிறாளே ?

தாய் தகப்பனின் அன்பு கிடைக்காத குழந்தைகள் இரண்டும் ரகுநாதனிடம் ஒட்டிக் கொண்டன. உறவு கொண்டாடின. குழந்தைகளின் இளம் உள்ளத்தைப் புண்படுத்தக் கூடாது என்ற பெருநோக்குடன்தான் அவர்களின் விருப்பப்படி ஒரு கதை, ஒரேயொரு தமிழ்க் கதை சொல்ல ஒப்புக் கொண்டான். சொல்லிக் கொண்டிருந்தான்.

பாரிஸ்டர் கனைத்தார்; ரகுநாதன் நிமிர்ந்தான்.

அவர் அவனைப் பார்த்தார். பார்வையே பேசிற்று.

அவன் பேசவில்லை; அவனால் பேசவே முடியவில்லை.

அடுத்த நாள் தொடக்கம் முற்றுப் பெற்ற ரகுநாத புராணத்தின் வேலை தேடும் படலம் தொடர்ந்து ஆரம்பித்தது. இந்த வேலை தேடும் படலம் அவனைச் சிறிது சிந்திக்க வைத்தது. சிந்தனையை தூண்டியது. ஒரு தமிழனும் ஒரு தமிழனும் சந்திக்கும் பொழுது ஆங்கிலத்தில் பேசினான் அந்நிய பாஷையில் உரையாடினான். இதைக் கேட்கும் போது, இந்நிகழ்ச்சியைக் காணும்போது அவனுக்கு அவர்கள் மீது வெறுப்பாக இருந்தது. அவர்கள் அறியாமையை நினைக்கும்போது வேதனையாகவும் இருந்தது. பெற்ற தாயைத் தாயென்று சொல்ல வெட்கப்பட்டு வரட்டுக் கௌரவம் பாராட்டும் இவர்கள்தான் இந்நாட்டு நாகரிகத்தின் அம்சங்களாம்.

அவன் சிந்தனை சுழன்றது விரிந்தது பரந்தது.

பாரிஸ்டர் பரமநாதன் கேட்ட கேள்விதான் அவன் காதில் ஒலித்துக் கொண்டிருந்தது. "தமிழில் என்ன இருக்கிறது? அதில் எதுதான் இருக்கிறது?" கடைசியாகத் தமிழைப் பற்றிச் சொன்ன ரகுநாதனுக்கு அவர் ஆவேசமாகக் கேட்ட கேள்வி இது தான்!

இப்பொழுது ரகுநாதனின் நெஞ்சம் கேட்டது. "தமிழில் என்ன இல்லை? என்னதான் தமிழில் இல்லை?"

அவன் கேள்விக்குப் பதில் சொல்லப் பாரிஸ்டர் பரமநாதன்தான் எதிரில் இல்லையே! காரும், பஸ்சும், டிராமும் ஓடும் பட்டணத்துப் பரந்த வீதிதான் அவன் முன்னால் விரிந்துகிடந்தது.

ரகுநாதன் துணிந்தான். முயற்சித்தான். வாழ்க்கையில் ஏற்படும் எந்த இடையூறுகளையும் எதிர்த்துப் போராட வேண்டும் என்ற வாழ்க்கையின் புதிய பாடத்தைப் படித்துக் கொண்டான். இதனால் அவன் வளர்ச்சி பெற்றான். உயரத்தாலல்ல, மனவளத்தால், உலகத்தை உற்று நோக்கித் தரம் பிரிக்கும் தன்மையால் வாழ்க்கை வாழ்வதற்குரியது என்ற தன்னம்பிக்கையால் வளர்ச்சி பெற்றான்.

கொழும்புப் பட்டணத்து மூலே முடுக்கெல்லாம் சென்று பார்த்துவிட்டான். பகுதி பகுதியாகச் சுற்றித் திரிந்து விட்டான்.

எங்கும் ஒரே மந்திரம்தான் ஒலித்தது. "வேலையில்லை; வேலை காலில்லை!"

கடைசியாக ஏதோ ஓர் கம்பெனியில் ரகுநாதனுக்கு வேலை கிடைத்தது. சிறிய வேலைதான். அதைப் பற்றி அவன் கவலைப்படவில்லை. எந்த வேலைக்கும் அவன் இப்பொழுது தயாராக இருக்கிறானே.

ஆறு மாதங்கள்; ஒரு ஆண்டின் அரைப்பகுதி நாட்கள் வந்து போய்விட்டன. ரகுநாதன் வேலைக்குப் போய் வந்து கொண்டிருந்தான்.

திடீரென்று ஒரு சலசலப்பு. இவர்களின் தொழில் சங்கத்துக்குத் தலைவனாக இருந்த சூரியாவை நிர்வாகம் திடீரென முன்னறிவித்தல் இல்லாமல் வேலையை விட்டு நீக்கிவிட்டது. விமலசூரியா செய்த ஒரேயொரு பெரிய குற்றம் அவர்கள் சங்கத்துக்கு அவன் தலைவனாக இருந்தான் என்பதுதான்.

இந்த அநீதியை எதிர்த்து மனித உரிமைக்காகப் போராடினான் ரகுநாதன். அதற்காகப் பிரசாரமும் செய்தான். சங்கத்தை மீண்டும் கட்டி வளர்த்தான். சங்கத்தைச் சேர்ந்த ஒவ்வொருவரும் தமிழர், சிங்களவர், முஸ்லிம்கள் ஆகிய கம்பெனித் தொழிலாளிகள் எல்லோரும் ஒன்றுகூடி அவனையே சங்கத் தலைவராக ஏக மனதாகத் தெரிவு செய்தனர்.

போராட்டம் வலுத்தது.

இதற்குள் பதவிச் சுயநலம் கொண்ட சில அரசியல் தலைவர்கள் மொழிப் பிரச்சினையை, வெறிப் பிரச்சாரமாகக் கொண்டு கூட்டங்களை நடத்தினர். எங்கும் ஆர்ப்பாட்டம் செய்தனர்.

இதற்காகப் பிரசித்தி பெற்ற அந்தக் கம்பெனிப் போராட்டம் நிற்கவில்லை. தொடர்ந்தது, தொடர்ந்து நடந்து கொண்டிருந்தது.

சங்கத்தின் ஒற்றுமையையும் கட்டுப்பாட்டையும் கண்ட நிர்வாகம் வளைந்து கொடுத்தது. விலக்கப்பட்ட விமல சூரியாவைத் திரும்பவும் வேலைக்கமர்த்திக் கொண்டது.

மொழிவெறி உச்சகட்டத்தில் இருந்த வேளை அது. போராட்டத்தின் மூலம் வெற்றி பெற்ற விமலசூரியா சங்கத்தில் ரகுநாதன் தலைமையில் சில வார்த்தைகளே பேசினான். அந்த வார்த்தைகளின் வேகம்தான் என்ன! "மொழிப் பிரச்சனை இன்று நாட்டின் பகுதிகளில் ஒலிக் கின்றது. மொழியை வளர்த்தவர்கள் யார்? மொழியின் எதிரிகள் யார் என்பது எங்களுக்குத் தெரியும். நாம் நமது பரம்பரையான தொழிலாளி வர்க்கந்தான் இந்த நாட்டில் சிங்களத்தையோ, தமிழையோ சாகாமல் இவ்வளவு காலமும் உயிருடன் வைத்திருந்தோம். இந்த வர்க்கம்தான் நமது தேசிய இருமொழிகளையும் இதுவரை பாதுகாத்துப் பத்திரப்படுத்தி வைத்திருக்கிறது. மொழி பிரச்சனை இந்த நாட்டின் தொழிலாளர் பிரச்சனை. இதை நம்மால்தான் தீர்க்க முடியும். நம்மைப் பிரதிநிதித்துவப்படுத்தும் ஒரு மக்கள் அரசாங்கம்தான் இந்த நாட்டில் சிங்களத்தையும், தமிழையும் பாதுகாக்க முடியும். இதை மீறி வகுப்புவாதிகளின் வெறித்தனத்தால் நமது சகோதர மொழியான தமிழை அலட்சியம் பண்ணி அழிக்க முற்பட்டால், என்னைப் போன்றவர்களின் பிணங்களின் மீது நின்றுதான் அவர்கள் அந்த வேலையைச் செய்ய முடியும். சுரண்டுபவர்களுக்குள் வித்தியாசமில்லை. அதைப் போலத்தான் சுரண்டப்படுவோராகிய நமக்குள்ளும். நாங்கள் நாங்கள்தான். அவர்கள் அவர்கள் தான்!

விமலசூரியா சிங்களத்தில் பேசினான்; ரகுநாதன் அதைத் தமிழில் மொழி பெயர்த்தான்.

இந்தப் பேச்சின் எதிரொலி, அங்கு திரண்டிருந்த மக்கள் கூட்டத்தின் உழைப்பாளி மக்களின் மகிழ்ச்சி ஆரவாரமாக ஒலித்தது. அங்கு குழுமியிருந்த ஒவ்வொருவரும் தங்கள் எதிரிகள் யார், நண்பர்கள் யார் என்பதைத் தெளிவாகப் புரிந்து கொண்டனர்.

ஒரு மாதம் சென்று விட்டது.

கம்பெனியில் தலைமைப் பீடம், டைரக்டர் போர்ட் சங்கத் தலைவன் ரகுநாதனுக்குத் தன்னை வந்து காணும்படி அழைப்பு அனுப்பியது. ரகுநாதன் சென்றான். கண்டான்.

அங்கு டைரக்டர் போர்ட் ஆசனத்தில் இருவர் அமர்ந்திருந்தனர். ஒருவரை அடிக்கடி கம்பெனியில் கண்டிருக்கிறான். வேலை நிறுத்தத்தின்போது அவருடன் சங்கப் பிரதிநிதியாகப் பேசியிருக்கிறான். அவர் ஒரு பாரிஸ்டர். அத்துடன் ஆளும் கட்சியின் தூண்களில் ஒன்று. அவர் பெயர் பெர்ணாண்டோ. மற்றவர்.................மற்றவர்................ஓ!...............அவர் தான் பாரிஸ்டர் பரமநாதன்.

என்ன ஆச்சரியம்! மாற்று அரசியல் கொள்கையுள்ள அவர்கள் இருவரும் அந்தப் பிரமாண்டமான கம்பெனியில் இரு பங்காளிகள். தங்கள் தங்கள் அரசியல் கட்சி மேடைகளில் அவர் இவரைத் திட்டுவார். இவர் அவரைத் தாக்கு தாக்கென்று தாக்குவார்.

நேரில் இருவரும் அத்தியந்த நண்பர்களாகக் காணப் பட்டனர். வாய்விட்டுச் சிரித்தனர்.

ரகுநாதனைக் கண்ட பாரிஸ்டர் பெர்னாண்டோ பக்கத் தறைக்குப் போய்விட்டார். பரமநாதன் ரகுநாதனுடன் பேச்சுக் கொடுத்தார். பாரிஸ்டர் அவனுக்குப் புத்தி சொன்னார். முன்னுக்கு வருகிற வழிகளைக் காட்டினார். இலவசமாக ஆலோசனைகளையும் சொல்லிக் கொடுத்தார். "பைத்தியக்காரப்பிள்ளை, நீ முன்னுக்கு வருகிற வழிகளை விட்டுவிட்டுச் சும்மா சங்கம் சங்கமென்று கத்துகிறாய். இந்தச் சிங்களவன்களுக்கு உழைத்து என்னத்தைக் காணப் போகிறாய்? இவர்கள் எல்லோரும் நாளைக்கு உன்னைக் காட்டிக் கொடுத்து விடுவார்கள். ஆனபடியால் நான் சொல்வதைக் கேள். சங்கத்தை விட்டு நீ வெளியே வந்து விடு. அவன்கள் எக்கேடு கெட்டுப் போகட்டும். நான் உனக்கு நல்லவேலை தருகிறதற்கு ஏற்பாடு செய்கிறேன். நீயும் தமிழன்! நானும் தமிழன்! ஒரு தமிழனுக்கு எதிராக ஒரு தமிழன் போகலாமா? என்ன சொல்லுகிறாய்?" என்று மிகப் பரிவாகக் கேட்டார். கேட்டு விட்டு அவன் யோசிக்க அவகாசமும் கொடுத்தார்.

என்ன இருந்தாலும் பிரசித்தி பெற்ற பாரிஸ்டர் அல்லவா? எத்தனை நிரபராதிகளைத் துடிக்கத் துடிக்கக் குறுக்கு விசாரணை

செய்திருக்கும் புண்ணியவான் அவர். அவர் அவன் வாயையே எதிர்பார்த்தார்.

அவன் சிரித்தான். மீண்டும் சிரித்தான். மனிதனின் அறியாமையைக் கண்டு சிரிப்பானே அதைப் போன்ற சிரிப்பு அது.

பாரிஸ்டர் பரமநாதன் விழித்தார். ரகுநாதன் சிரித்தான். சிரித்தபடியே வெளியே எழுந்து போய் விட்டான். பக்கத்து அறையிலிருந்து பெர்னாண்டோ வெளியே வந்தார். இரண்டு பாரிஸ்டர்களும் பல்லை நற நறவென்று கடித்தனர்.

அடுத்த நாள் ரகுநாதனுக்குச் சீட்டுக் கிழிக்கப்பட்டது.

சங்கம் மீண்டும் போராட்டத்தில் குதித்தது.

போராட்ட வேகம் தாங்காத கம்பெனித் தலைமை 'ததிகிணத்தோம்' போட்டது. பல பகுதித் தொழிலாளிகளிடமிருந்தும் ஆதரவு அமோகமாகக் கிடைத்தது. வெற்றிக்கு நாட்களை எண்ண வேண்டியதுதான் பாக்கி.

திடீரென்று யாழ்ப்பாணத்திலிருந்து ரகுநாதனுக்குத் தந்தி வந்தது. அவனது தாயாரைக் கடுமையான சுகவீனம் காரணமாக ஆஸ்பத்திரியில் சேர்த்திருப்பதாக அதில் கண்டிருந்தது.

ரகுநாதன் விடை பெற்றுக் கொண்டு தாயாரைப் பார்க்க ரயிலேறி விட்டான்.

அன்று ஞாயிற்றுக்கிழமை. ஐந்தரை அல்லது ஆறு மணியிருக்கும். தாயாரை ஆஸ்பத்திரியில் பார்த்துவிட்டு வெளியே வந்தான் ரகுநாதன். பொழுதே போகவில்லை. அத்துடன் காலையில் வந்த தந்தி சட்டைப் பாக்கெட்டில் இருந்து கொண்டு அவனைப் பார்த்துப் புன்முறுவல் பூத்தது. அவன் முகம் மகிழ்ச்சியால் மலர்ந்திருந்தது.

சிரித்த முகத்துடன் தந்தியை எடுத்துப் படித்தான் "போராட்டம் வெற்றி பெற்று விட்டது. உமக்கு வேலை கிடைத்து விட்டது. தாயாரைக் கவனமாகப் பார்க்கவும்"- விமலசூரியா.

தந்தி காற்றில் படபடத்தது. நல்ல செய்தியைச் சொல்கிறேன் என்ற மகிழ்ச்சி போலும்.

அவன் நடந்து கொண்டிருந்தான். யாழ்ப்பாணப் பட்டணத்தின் இதயப் பகுதியான முற்ற வெளிக்குச் சமீபமாக வந்து விட்டான். அங்கே சனங்கள் கூடி நின்றார்கள். கார்கள் குழுமி நின்றன. எங்கு பார்த்தாலும் தலைகள். எண்ணிப் பார்த்தால் முப்பதோ முப்பத்தைந்தோ பேர்கள்தான் இருப்பார்கள். ஆட்களைவிடக் கார்கள் ஏராளம்.

ஒலிபெருக்கி ஒலி அலைகளைச் சிதற விட்டது. யாரோ ஒரு பெரும்புள்ளி பேசுகிறார் போலும் என்ற வியப்புடன் கிட்ட நெருங்கினான் ரகுநாதன்.

"தமிழ் எங்கள் உயிர். தமிழுக்காகத் தமிழன் இரத்தம் சிந்தத் தயங்க மாட்டான். என் உடல், பொருள், ஆவி அத்தனையும் தமிழுக்காகத் தியாகம் செய்யத் தயங்க மாட்டேன். ஒன்று சேருங்கள்! தமிழர்களே ஐக்கிய முன்னணி அமைக்க ஒன்று சேருங்கள்!"

இந்த ஆவேசமான ஆங்கிலப் பேச்சை வீறு கெடாமல் தமிழில் மொழிபெயர்த்தோர் வேறொருவர்.

இந்தப் பேச்சு ரகுநாதனின் மூளையைக் குழப்பியது. மேடையை நெருங்கி இவ்வளவு ஆவேசமாகப் பேசும் தமிழ் அபிமானி யாரென்று ஆவலுடன் பார்த்தான் ரகுநாதன். அவர்தான் பாரிஸ்டர் பரமநாதன்.

'வீரகேசரி' 8-4-56

உவர்த் தரையில் களைச் செடிகள் பூக்கின்றன!

"தம்பி, துலையாலையே வாறீங்க ?"

அப்பொழுதுதான் ரயிலை விட்டு இறங்கி, ஸ்டேசனிலிருந்து சற்று ஆறுதலாக வெளியே வந்து, நிலையப் படிக்கட்டுகளில் நின்று கொண்டு, எப்படி பஸ் ஸ்ராண்டுக்குப் போவது ? என யோசித்துக் கொண்டிருந்த ஈசுவரபாதத்திற்கு முதலில் இக்கேள்வி தன்னைப் பார்த்துத்தான் கேட்கப்படுகிறது என்பது விளங்க நியாயமில்லைதான். இருந்தாலும் உள் உணர்வில் ஓர் அருட்சி. ஆனால் மனச் சிந்தனை வேறெங்கோ இருந்தது,.

"உம்மைத்தான்தம்பி,கேக்கிறன்........துலையாலையே வாறீங்க..."

பக்க வாட்டில் திரும்பிப் பார்த்தான் ஈசுவரபாதம். மெலிந்ததேகம்; மேடுடற்ற நெற்றி; வயது சரியாகக் கணிப்பிட்டுச் சொல்ல முடியாத தோற்றம்; நெற்றியில் சந்தனப் பொட்டு; அழுக்கற்றது எனச் சொல்லிவிட முடியாத வேட்டி, சட்டை; சால்வை ஒன்றை மடித்துத் தோளில் போட்டிருந்த கோலம்; ஓசையின்றி எதையோ மெல்ல மெல்ல மென்று கொண்டிருக்கும் உருவம்...

நேசத் தன்மையும் சுமுக பாவமும் மிளிரும் புன்னகையுடன் ஏதோ நெருங்கிய நண்பனைச் சுக சேமம் விசாரிக்கும் முக மலர்ச்சியுடன்-அந்த உரிமை தனக்கு உரியது என்ற தோரணையில்- இவனை நெருங்கிய அந்த உருவம், "பெட்டியை இப்பிடிக் குடு தம்பி; நான் கொண்டாறன் !" எனச் சொல்லிக் கொண்டு, கையை நீட்டி சூட்கேஸை வாங்க முயன்றது.

முன் பின் பார்த்ததில்லை. பழக்கமுமில்லை. இது ஈசுவர பாதத்திற்குப் புது அனுபவம். "பரவாயில்லை.... பரவாயில்லை... நானே இதைக் கொண்டாறன்; பெரிய கனமில்லை !"

கடைசியாக யாழ்ப்பாணம் வந்து பதினைந்து வருடங்கள் ஸ்டேசன் கட்டடத்தைப் பார்த்த உடனே யாழ்ப்பாணத்தின் தற்போதைய மாற்றம் அவனுக்கு ஓரளவு புரிந்து விட்டது. பிறவி யாழ்ப்பாணத்தான்தான் அவன். குடா நாட்டின் ஒரு மூலைக் கிராமம்தான் அவனது பிறப்பிடம். இருந்தும் இப்பொழுது கொழும்புப் பைப் தண்ணீரின் தொடர்பால் பட்டின உணர்வு கொஞ்சம் கொஞ்சமாக அவனது குருதியுடன் ஊறி விட்டது. திருமணமும் அங்கே தான். வர வேண்டிய தேவையும் அருகி விட்டது. இப்பொழுது வந்துதான் ஆக வேண்டிய நிர்ப்பந்தம். குழந்தைக்கு நயினாதீவு நாகம்மாள் கோயில் நேர்த்தி. முடி இறக்க வேண்டுதல். மூன்று போன பிறகு நான்காக வந்து தங்கி விட்ட ஆண் குழந்தையின்மீது கொள்ளைப் பாசம் அவனுக்கு. எனவே மனைவியின் வற்புறுத்தலையும் மாமாவின் வேண்டுகோளையும் தட்ட முடியாமல் வந்திருக்கிறான் ஈசுவரபாதம்.நேற்றே மனைவியும் மாமனும் குழந்தையும் வந்துவிட்டனர். அவசரச்சோலி காரணமாகத் தாமதிக்க வேண்டிய கட்டாயத் தேவை ஏற்பட்டு விட்டது. பஸ்ஸெடுத்து எப்பிடி நயினாதீவு போய்ச் சேருவது என்பதே இப்போதைய சிந்தனை மண்டையைக் குடைந்து கொண்டிருக்கும் வேளையில்...

இப்படியொரு சந்திப்பு

நீட்டிய கரங்களில் சூட்கேஸைக் கொடுக்காமலே இந்தத் திடீர் உறவின் அடிப்படை விளங்காமல் குழம்பிப் போன மன நிலையுடன் "நீங்க.." எனக் கூறி வசனத்தை முடிக்காமலே முக பாவம் மூலமாக அவனை விசாரித்தான் ஈசுவரபாதம்.

"என்னைத் தெரியாதா தம்பி உமக்கு ? என்ரை உண்மைப் பேர் நாகமுத்து; ஆனா நாமுத்து எண்டுதான் கூப்பிடுவினம். உம்மை எங்கேயோ பார்த்த மாதிரிக் கிடக்கு. அது போகட்டம். இப்ப எங்க போறீங்க ?"

உண்மையை இவனிடம் சொல்லுவதா- வேண்டாமா என்ற மனத் தயக்கம் ஒரு கணம். ஸ்டேசன் கொஞ்சம் கொஞ்சமாக வெறிச்சோடிக் கொண்டிருந்தது. போகும் திசைகளே தெரியாத கனவுச் சலனம். எப்போவோ ஒரு காலத்தில் வந்து போன ஞாபகத்தை வைத்து வழி நடக்கத் தயங்கினான் அவன். அந்த உருவத்தைப் பார்த்தாலே அப்படியொன்றும் பயப்படத் தேவையில்லைதான். இருந்தும் இந்தக் காலத்தில் யாரை நம்புவது என்ற சந்தேக உணர்வு. மடியில் கனமில்லை. எனவே ஏன் பயப்படுவான் என்ற நம்பிக்கை உந்தித்தள்ள "நயினாதீவுக்குப் போகவேணும் இப்ப. கொழும்பிலை இருந்து வாறன். பஸ் ஸ்ராண்டுக்குப் போக வேணும். அது தான் யோசிச்சுக் கொண்டு நிக்கிறேன் என்றான் ஈசுவரபாதம்.

"அதுதானே நான் நினைச்சன்........... தம்பி அப்ப எங்கட பக்கத்து ஆள்தான். டவுண் பஸ்ஸூம் போயிட்டுது. டாக்சிக்காரன்களும் கிட்டடி எண்டால் வர மாட்டாங்கள்....ம்... அப்ப என்ன செய்வம் ?...தம்பிக்குச் சரியொண்டால் ரெண்டு பேருமா இப்படியே கதைச்சுக் கொண்டு நடந்து போயிடுவம் !"

சற்று நேரம் தயக்கம்;

"என்னத்தை யோசிச்சுக் கொண்டு நிக்கிறீங்க ? நானும் அந்தப் பக்கமாகத்தான் போறன். வாறதெண்டா வாருங்க........"

"சரி" என்று சொல்லாமலே சம்மதத்துக்கு அறிகுறியாகப் படிக்கட்டிலிருந்து அடியெடுத்து இறங்கினான் ஈசுவரபாதம்.

பழக்கப்பட்ட வீட்டு மிருகத்தைப் போல வெகு பவ்வியமாக வழிகாட்டி நடந்தபடி அருகே வந்து கொண்டிருந்தான் நாகமுத்து.

"தம்பி றோட்டாலை போனாச் சரியான தூரம். இது கிட்டிய வழி ஒழுங்கை. கெதியாப் போயிடலாம். ப்........ம் ஒதுக்கமா வாருங்கோ."

ஒழுங்கை மூட்டில் வழிப் போக்கன் ஒருவன் வேட்டியை உயர்த்திப் பிடித்த வண்ணம் குத்துக்காலிட்டுக் குந்தி இருந்தான்.

"சீச்சீ ! நரக........ம்...........நரகம்! தம்பி, நரகலை உளக்கிப் போடாமல் ஒதுங்கிப் போய் வாருங்கோ !"

எச்சிலை எட்டித் துப்பி விட்டுத் தொடர்ந்து சொன்னான் நாகமுத்து. "பாருங்கோ இப்பிடிப்பட்ட பெரிய பட்டணத்திலை ஆமான கக்கூசுகள் இல்லை. இருந்தவைகளையும் மூடிப் போட்டாங்க. வாறவன் போறவனெல்லாம் வளி தெருவை வைச்சிருக்கிற அளகைப் பாருங்கோ......."

பேசிக் கொண்டே நடந்து கொண்டிருந்தான் நாகமுத்து "முந்தி இந்த ஒழுங்கேக்கை எல்லாமா முண்டு கள்ளுக் கொட்டில் இருந்தது. கோப்பரேசன் வந்தாப் போலை எல்லாத்தையும் மூடிப்போட்டாங்க..."

பிரதான சாலையின் முனைக்கு வந்துவிட்டனர் இருவரும். இது பருத்தித்துறை றோட்டு. இப்பிடியும் பெரிய கடைப் பக்கம் போகலாம்; அப்பிடியும் போகலாம் கொஞ்சம் தூரம். ஆனால் கதைச்சுக் கொண்டு போகலாம். தம்பி என்ன நினைக்கிறீங்க ?" என்றான் அவன் தொடர்ந்து.

சுவாரஸ்யமான இந்த மனிதனைப் பற்றியே இப்பொழுது சிந்தித்தான் ஈசுவரபாதம். ரயில் அலுப்புத் தீர்ந்த மாதிரி இருந்தது. யாழ்ப்பாண நகரின் சுற்றுச் சூழலையும் பார்த்து விட ஆசை. இந்த வாய்ப்பு இனி எப்போது கிடைக்குமோ என்ற சந்தேகம் பார்க்கப் பார்க்கப் புதிதாகப் பார்க்கும் குழந்தை விருப்புடன் நாகமுத்துவின் எண்ணத்திற்கே உடன்பட்டுவிட்டவனைப் போல, "உன்ரை விருப்பம் போலப் போவம். எனக்கொண்டும் அவசரமில்லை. எப்பிடியெண்டாலும் பஸ்ஸுக்குப் போய்ச் சேர்ந்தாச் சரி!" என்றான் ஈசுவரபாதம்.

திடீரென எதையோ நினைத்துக் கொண்டவனைப்போல நின்று நிதானித்தபடி "ஏளு கிணத்தடி ஆறுமுகத்தாரைத் தம்பிக்குத் தெரியுமோ ?" எனக் கேட்டான் நாகமுத்து. ஏதோ ருசிகரமான கதையைச் சொல்லத் தொடங்குபவனைப் போலப் பீடிகை போட்டுக் கொண்டு, வாய்க்குள் இதுவரையும் மென்று கொண்டிருந்த

எதையோ எட்டித் துப்பிவிட்டுத் தோளிற் கிடந்த சால்வையை எடுத்து உதறி ஒரு தடவை முகத்தை அழுத்தித் துடைத்த வண்ணம், "ஏளு கிணத்தடி ஆறுமுகத்தாரைப் பற்றிக் கேள்விப்பட்டிருக்கிறீரா ?" என மீண்டும் வினவினான் நாகமுத்து.

அப்படியானவரைத் தெரிந்து வைத்திருக்காதது மிகப் பெரிய குற்றம் போலவும் கண்டிப்பாக அவரை அறிந்து வைத்திருக்க வேண்டியது தன்னையொத்தவர்களின் கடமை எனச் சுட்டிக் காட்டுவது போலவுமிருந்தது அவன் கேட்ட கேள்வி. குற்றஞ் சாட்டும் தோரணையில் கேட்கப்படும் இந்தக் கேள்விக்கு எப்படிப் பதில் சொல்லுவது எனப் புரியாத மனப் பயத்துடன் ஈசுவரபாதம் தெருவோரமாக நின்றான்.

"அப்படியான பிரகிருதியைப் பார்த்ததுமில்லை, அந்தப் பேர்வழியான் பெயரைக் கேட்டதுமில்லை" என்ற உண்மையை ஒப்புக் கொள்ளும் முகமாக உதட்டைப் பிதுக்கித் தலையை ஆட்டி வைத்தான்.

பருத்தித் துறை வீதியால் வடக்கு நோக்கி நடந்து வந்த இருவரும் நாற்சந்தி முனையில் மேற்கு நோக்கித் திரும்பினர். மூலையில் ஸ்ரீ நாகவிகாரை.

'சாய்! மடத்தனம்' என நாகமுத்து முணுமுணுப்பது இவனுக்குக் கேட்டது.

மௌனமாக இருவரும் நடந்தனர்.

இந்த மௌனமே ஒரு வகைச் 'சஸ்பென்' ஸாக அமைந்தது. ஈசுவரபாதத்தின் மனதில் ஆர்வத்தைத் தூண்டியது.

'ஒருவேளை அந்த ஏழு கிணத்தடி ஆறுமுகத்தாரைத் தெரிந்து வைத்திருக்காதது என்னுடைய மடத்தனந்தானோ ?' நெஞ்சம் குறுகுறுத்தது. விரிவாக அவரைப் பற்றிக் கேட்க ஆசை. ஆனால் இதுவரையும் கதையளப்பால் வழி நடந்த நாகமுத்து திடீரென மௌனனியாகி விட்டதை நினைக்கும்போது அரும்விட்ட ஆசைக் கொழுந்து அடி மனதில் கருகுகின்றது.

பஸ்ஸொன்று இவர்களைக் கடந்து சென்றது.

வீதியால் போன யாரையோ பார்த்துத் தலையசைத்தான் நாகமுத்து. கையைத் தூக்கிக் காட்டினான்.

'யாரிந்த ஆறுமுகத்தார் ?' கேட்க வேண்டுமென்ற மன உந்துதல் நெஞ்சை அரிக்க இதுவரையும் சளசளத்துக் கொண்டு வந்த நாகமுத்து ஒன்றுமே பேசாமல் நடந்து வருவதைப் புரிந்து கொள்ள முடியாமல் திகைப்பு உணர்வுடன் நடந்து வந்த ஈசுவரபாதம் ஒரு கையில் வைத்திருந்த சூட்கேஸை மறு கைக்கு மாற்றினான்.

"தம்பி, இங்கை கொண்டாரும் பெட்டியை !"

ஆரம்பத் தயக்கம் மறைந்து விட்டது. என்றாலும் மனப் பயம் முற்றாக நீங்கவில்லை. அதற்கிடையில் அவனையறியாமலே அவனது கை சூட்கேஸை நாகமுத்துவிடம் ஒப்படைத்துவிட்டது.

"இந்த றோட்டு ஸ்டான்லிறோட். இது ரெண்டாம் கேற்பக்கத்தில் இருக்கிறதுதான் புதுக்கக் கட்டின படங்காட்டுற மடுவம்..."

"அந்தப் பிரசித்தி பெற்ற ஆசாமியைப்பற்றி அறிந்து கொள்ளும் ஆர்வத்துடன் வந்தவனுக்கு மனம் 'சப்' பென்றாகி விட்டது. பேச்சுத் தொடரை அறுக்கவும் விருப்பமில்லை.

"முந்திச் சொன்னியே ஆறுமுகத்தாரைப்பற்றி..........ஆரவர்" நேரடியாகவே ஆவலை வெளியிட்டான் அவன்.

"அவரா ? அவர் என்ரை பாட்டன் ! என்ரை அப்பன்ரை தேப்பன் !"

இதைக் கேட்டதும் 'பூ !' என உதடுகள் விரிந்ததைக் காட்டிக் கொள்ளாமல் மறைத்துக் கொண்டான் ஈசுவரபாதம்.

"எனக்குத் தெரியும் தம்பி உம்மிட முகம் போற போக்கு. அவர் நீர் நினைக்கிறது போலை சும்மா லேசுப்பட்ட ஆளில்லை......ம்.........ஒரு காலத்திலை யாழ்ப்பாணத்தை அப்படியே கட்டி ஆண்டவர். அவர் செய்யாத திருக்கூத்தில்லை பெரிய லட்சப் பிரபு. மாமாத் தம்பியைக் கேள்விப்பட்டிருக்கிறீரோ ? இல்லையா ? அவன்ரை சினேகிதன்

எண்டால்பாருமன். வட்டுக்கோட்டையிலே அந்தக் காலத்துப் பெரிய சண்டியன் பறட்டையன் பெரியம்பீ. அவனோடை ஜாரிக்கு ஜாரி சண்டித்தனம் விட்டவர். பண்டாரக் குளத்தடி முத்தன் இவற்றை கையாள். அந்த நாளையிலை பாரும் இவர் இரட்டைச் சோடிக் குதிரை பூட்டின வண்டிலிலை வெளிக்கிட்டாலாம் றோட்டிலை போறவன் வாறவனெல்லாம் தோளுச் சால்வையை எடுத்து இடுப்பிலை கட்டிப் போட்டு நிப்பினமாம்......எளியதுகள் ஏதும் ஏறுமாறாச் செய்திட்டால் முன் முருக்கம் மரத்திலை கட்டிப் போட்டுத் தோலை உரிச்சுப் போடுவாராம். ம்.........அது ஒரு காலம்...........!"

அறுந்துவிட்ட வம்சச் சரடை மீண்டும் முடிச்சுப் போட நினைக்கும் சிறு மௌனம். திரும்பவும் செருமி விட்டுக் கொண்டே எச்சிலைத் துப்பிவிட்டுத் தொடர்ந்தான் நாகமுத்து; "இந்தப் பக்கம் பாரு தம்பி. இதுக்கு முந்தி வின்சர் எண்டு பேர். படக் கொட்டகை. இப்ப என்னவோ பேராம். இதுக்கு அந்தக் காலத்துப் பேர் தகரக் கொட்டகை; கூத்து மடுவம். இங்கை தான் பெரிய எடுப்பான நாடகமெல்லாம் நடந்ததாம். சுந்தராம்பாள், கிட்டப்பா எல்லாரும் இங்கை கூத்து நடத்தியிருக்கினம். பெரிய துரராசா எண்டவர்- அவரும் ஒரு சீமான்- அந்த நாளையிலே பெரிய பெரிய ஆட்களெல்லாம் இங்கை இருந்திருக்கினம்-இந்தியாவிலிருந் தெல்லாம் நாடக ஆக்களைக் கொண்டுவந்து இங்கை பெரிய விலாசம் எழுப்பினவாரம். பவளக்கொடி, அல்லி அருச்சுனா, சாரங்கதரா இப்படி எத்தினையோ நாடகமாம். இப்ப பேருகள் ஞாபகமில்லை. இதை ஏன் இப்ப சொல்லுறனெண்டால் அந்தப் பெரிய துரராசாவுக்கு என்ரை பாட்டன் வலது கை அதுக்காகத்தான்..."

கடைத் தெருவைக் கிட்டி வந்து விட்டோம் என்பதை அவதானித்தான் ஈசுவரபாதம். இதை அறிவிக்கும் முகமாகப் பட்டணப் பரபரப்புத் தொடங்கிவிட்டது.

அவர்கள் இப்போது கஸ்தூரியர் வீதியால் பஸ் ஸ்ராண்டை நோக்கி நடந்து போய்க் கொண்டிருந்தனர்.

இதுவரையும் நாகமுத்துவின் கைகளில் தொங்கி வந்த சூட்கேஸ் இப்பொழுது ஈசுவரபாதத்திடம் வந்துவிட்டது.

"இந்த மடுவத்திலைதான் ஒரு பெரிய நாடகம் நடந்ததாம். போட்டா போட்டி. ஒரே அமர்க்களமாம். இதையெல்லாம் நான் சின்னப்பிள்ளையா இருக்கேக்கை என்ரை பாட்டன்தான் கதை கதையா எனக்குச் சொன்னவர். அந்த நாடகத்திலை அப்போ இங்கை பெரிய ஸ்திரி பாட்டா கொடி கட்டிப் பறந்த கன்னிகா பரமேஸ்வரி நடிச்சாளாம். ஒரேசன வெள்ளம். காஸ் லைற்றெல்லாம் அப்பிடியே செக சோதியாக எரிந்து கொண்டிருந்தாலும். இருந்தாப்போலை இருந்து திடீரென மடுவத்துக்குள்ளை குழப்பம். லைற்றெல்லாம் நூந்து போச்சாம். இந்த நேரம் பாத்து ஆரோ கடையடிக் கணேசனுக்குக் கத்தியாலை குத்திப் போட்டினமாம். கடையடிக் கணேசன் சும்மா லேசுப்பட்ட ஆளில்லை. பெரிய விண்ணன். பெரிய கடையே நடுங்குமாம் அவன் வாறானெண்டால். பத்துப் பேரைத் தனியா நிண்டு சமாளிப்பானாம். பெரிய சண்டியன். இதையெல்லாம் என்னத்துக்கு ஞாபகப் படுத்திறனென்டால் இந்தக் கணேசன் அவற்றை நெருங்கிய கூட்டாளி."

பழைய பட்டின வரலாறே தன்னுடன் சேர்ந்து நடந்து வருகின்றதோ என்ற ஐயுறவு மனதில் ஒரு கணம் நிலைத்தது ஈசுவரபாதத்துக்கு.

இத்தனையும் பொய் என நினைக்க முடியவில்லை. இவை அத்தனையும் உண்மை என ஒப்புக் கொள்ளவும் இயலவில்லை.

மனதில் என்றும் பதிந்திருக்கக்கூடிய இந்த அனுபவத்தை மனதில் நினைத்து வியந்து கொண்டே ஒரு புத்தகத்தைப் படித்துப் புரிந்து கொண்ட நெஞ்ச நிறைவுடன் திருப்திப்பட்டான் ஈசுவரபாதம்.

"இதுதான் தம்பி புதிய மாக்கட். வடிவாப் பாரும்."

புதிய மொடல் மார்க்கட் மிக அழகாகத்தான் இருந்தது. கொழும்பில் கூட இப்படியில்லை என நினைத்துக் கொண்டிருந்தவனை, நடுவே ஊடறுத்துச் செல்லும் வீதியின் ஊடாக நடத்திச் சென்றான் நாகமுத்து.

"தம்பி நல்ல யோசினை ஒண்ட இப்ப வந்திருக்கு வஸ்ஸுக்குக் காவல் நிக்க வேணாம். இது கரைச்சலில்லை. அந்தப் பக்கமா புங்குடுதீவுக்கு ஆக்களை ஏத்திற காருகள் நிக்கும் குறி கட்டுவான் துறைக்குப் போயிட்டா அப்பிடியே லோஞ்சியில் நயினா தீவுக்குப் போய்விடலாம். எதுக்கும் சுருக்கா எட்டி வாரும்........ உமக்கும் சுகமாப் போச்சு சொல்லிக் கொண்டே எட்டி நடந்தான் அவன்.

மரக்கறி மார்க்கட்டுக்கு அந்தப் பக்கமாக வரிசையாக நின்றன கார்கள். ஒரு காரை அண்மித்த நாகமுத்து காருக்குள் சாரதி ஆசனத்தில் இருந்தவரை ஏதோ விசாரித்தான். பின்னர் இவன் பக்கம் நெருங்கி வந்து "இதுதான் தம்பி கார். நான் எல்லாம் சொல்லிப் போட்டன். பத்திரமாய்க் கொண்டே இறக்குவினம். முன் சீற்றிலையும் இடம் தந்திருக்கினம். றைவரிட்டச் சொல்லியிருக்கிறன். எதுக்கும் யோசிக்காமல் போயிட்டுவாரும்" என்று சொல்லியபடி அதே சினேக பூர்வமான நெருங்கிய நட்புக் கனிந்த பார்வையுடன் புன்முறுவல் பூத்தபடி நெருங்கி வந்து அங்குமிங்கும் தலையைச் சாய்த்துப் பக்கப் பார்வை பார்த்துவிட்டு, "தம்பி வித்தியாசமாக நினைச்சுவிடக் கூடாது. வயித்தை இப்ப புகையிது காலமையிலை இருந்து ஒண்டுமில்லை. கோப்பிரேசனிலையும் கடன் தர மாட்டாங்கள் ஒரு போத்தலுக் கணக்கா ஒரு ரூபா முப்பது சதம் சில்லரை இருந்தால் தந்தால் நல்லது தம்பி பேந்தும் சொல்லுறன்.........இதையெல்லாம் வித்தியாசமா நினைச்சுப் போடக் கூடாது."

'மல்லிகை' 12வது ஆண்டு மலர் 76

வாழ்வின் தரிசனங்கள்

யாழ்ப்பாணப் பட்டணத்தின் உயிர் நிலையமாக விளங்கும் வர்த்தக வட்டாரமான கிராண்ட் பஜார் பகுதியின் இதய நாளத்தை ஊடறுத்து நட்ட நடுவில் நேராக ஓடிக் கொண்டிருக்கின்றது அந்த நீண்ட வீதி.

அந்தத் தெருவின் முச்சந்தி முனையை அடைந்துவிட்ட மேகமூர்த்தி, சிறிது நிதானித்து, தான் பிரயாணம் செய்து கொண்டு மிகத் துரித கதியில் வந்த சைக்கிளின் வேகத்தை மட்டுப்படுத்தினான்.

வீதியின் ஆரம்ப முனையில் நடப்பட்டிருந்த அறிவிப்புப் பலகையைப் பார்த்துவிட்டுச் சைக்கிளின் இருக்கையில் இருந்து சடாரெனக் குதித்து இறங்கினான்.

'முக்கிய கவனிப்பு; ஒரு வழிப் பாதை இது. இப்பாதையால் போகக் கூடாது!'

சிவப்பு எழுத்துக்களும் மடிப்புக் கோடுகளும் மேகமூர்த்தியை வழிமறித்து எச்சரிக்கை செய்தன.

சைக்கிளில் இருந்து அவசர கோலத்தில் குதித்து இறங்கியதனால் இடது கரத்தில் அழுத்திப் பிடித்திருந்த சிறிய கண்ணாடிப் போத்தலொன்று சைக்கிள் ஹான்டிலில் உரசி உரசி ஏதோ தந்திப் பாஷையில் அலறுவது போலத் துடித்தது.

அந்தக் கண்ணாடிப் புட்டி எழுப்பிய "டக்....டக்டக்......" என்ற ஒலியைக் கேட்டதும் தான் வந்துற்றதின் அவசர அவசிய நோக்கம் இன்னும் அதிகமாகப் புலப்படத் தொடங்கியது அவனுக்கு.

யாழ்ப்பாண மாநகர சபையின் கட்டளைச் சட்டத்திற்குக் கீழ்ப்படிந்து நடக்க வேண்டுமாக இருந்தால் அடுத்துள்ள வீதிக்குச் சென்று கால் மைல் தூரம் அதே தெருவை அளந்து, பின்னர் வளைந்து, இந்த வீதியின் மறுகோடிக்குப் போய்த் திரும்பி, அப்புறம் இதே தெருவில் நுழைந்து வந்து படையெடுத்தால்தான் தான் வந்த காரியம் கைகூடக் கூடும் என்ற நினைப்பு மனதில் எழுந்த பொழுது மேகமூர்த்திக்குச் சட்டத்திற்குக் கட்டுப்பட வேண்டுமென்ற எண்ணம் போய் மனச்சாட்சிக்குக் குந்தகமில்லாமல் நடக்க வேண்டிய அவசரம் குறுக்கிட்டு விரட்டியது.

சைக்கிளை இடுப்பில் சார்த்தி வைத்துக் கொண்டு சட்டைப் பையைக் குடைந்து ஒரு மூடிய கடிதக் கவரை வெளியே எடுத்து முகவரியைப் பார்த்தான்.

'ஃபாரின் லிகர் ரெஸ்ரூரண்ட்; உரிமையாளர்: ஞான மாணிக்கம்' என ஆங்கிலத்தில் தனித் தனி எழுத்தாக எழுதப்பட்டிருந்தது.

பல தடவைகள் அவன் இதே வீதியால் சென்றிருக்கிறான். பல காரணங்களுக்காக இந்தத் தெருவை அவன் நடந்து கடக்க வேண்டி ஏற்பட்டதுண்டு. யாழ்ப்பாணப் பட்டணத்தில் வாழ்பவர்கள் எதற்காவது எப்போது ஒரு நாளாவது இந்தச் சாலையில் கால் வைக்காமல் இருந்திருக்க முடியாது. அப்படியான பிரபலம் வாய்ந்த இந்த வீதியில் மேகமூர்த்தி ஒரு கரையில் நின்று கொண்டு ஒரு கணம் யோசித்துத் தடுமாற்றமுற்றான்.

'மேல்நாட்டுக் குடி வகைகள் விற்கும் கடிவகைச் சாய்ப்பு எந்தப் பக்கத்தில் இருக்கும்?'

இதுவரை காலமும் தான் இந்தத் தெருவில் வந்திருந்தும் போயிருந்தும் இப்போது தேடும் அந்தக் குடி வகைச் சாய்ப்பைத் தான் அவதானிக்காமல் இருந்து விட்டதை எண்ணி இப்போது மனதிற்குள்

வருத்தம் அவனுக்கு. தனது அறியாமைக்காக நெஞ்சிற்குள் வருத்தப் பட்டுக் கொண்டிருக்க இப்போது நேரமில்லை என்ற உணர்வு மனதில் நிழலாட அவன் தான் வந்த வேலையில் அவசரம் காட்ட முனைந்தான்.

சைக்கிளை மெதுவாகத் தள்ளிக்கொண்டு வீதிக்குள் நுழைந்த மேகமூர்த்தி இரு மருங்குக் கடைகளிலும் வரிசை வரிசையாக வித வித கோணங்களில் அறிவிப்புச் செய்து கொண்டு துலங்கும் விளம்பரப் பலகைகளையும் நோட்டம் விட்டான். புடவைக் கடை, சப்பாத்துக் கடை, சலூன், பலசரக்குக் கடை, சலவைச் சாலை, ரேடியோ திருத்துமிடம், ஹோட்டல் மணிக்கூட்டுக் கடை, பேக்கிரி, சவப்பெட்டிக் கடை, சாய்ப்புச் சாமான் விற்கும் நிலையம் மல்லிகை அலுவலகம்.........இன்னும்....... இன்னும்

தன்னில் தானே அவனுக்கு ஒரு விசித்திர உணர்வு ஏற்பட்டது.

நேற்று வரைக்கும் பக்கத்து ஒழுங்கையிலுள்ள கள்ளுக் கொட்டில் படலையைக்கூட எட்டிப் பார்த்தறியாத அவன், இன்று மேல்நாட்டுச் சீமைக் குடிவகைச் சாய்ப்பைத் தேடிப் பெரிய கடைப் பிரதேசத்தை வலம் வர ஏற்பட்டுள்ளதென்றால் ?-

அவனுக்கு ஒரு ஞாபகம் வந்தது.

பேட்டுக் கோழி இரண்டு நாட்களாகக் கள்ள முட்டை இட்டு வந்தது. வீட்டுப் பக்கமே வரவில்லை. தாய் தைய்லம்மா அதைத் துரத்திப் பிடிக்கச் சொன்னாள். ஓடிய கோழி ஒழுங்கைக் கள்ளுக் கொட்டில் வளவிற்குள் போய்ப் பதுங்கிக் கொண்டுவிட்டது.

மேகமூர்த்தி வெறுங் கையுடன் திரும்பி விட்டான். மகனின் கையாலாகாத தனத்தைக் கண்டு தையலம்மா கோபித்துக் கொண்டாள். "போணை ! சனியன் புடிச்ச கோழி கள்ளுக் கொட்டில் வளவுக்கை ஓடீட்டுது. அதுக்கை ஆக்கள் இருக்கினம். நான் கொட்டில் வளவுக்கை போறதில்லை !"

எண்ணிப் பார்த்தபொழுது மனித மன விசித்திரங்கள் அவனுக்குப் புரிந்து போலுமிருந்தது. புரியாமலும் விசித்திரமாகப் பட்டது.

சாயங்காலம் முற்றவெளியில் பிரபல கல்லூரிக் கோஷ்டிகளிடையே காற் பந்தாட்டம் நடக்க இருந்தது. அவன் விளையாட்டுப் பிரியன், ரஸிகன். எனவே ஆலாகப் புறப்பட ஆயத்தங்கள் செய்து கொண்டிருந்தபொழுது அம்மாவின் குரல் நெருங்கிக் கேட்டது.

"எடேய் தம்பி மேகம், இந்தப் பால்போத்தில் ரெண்டையும் மடத்திலை குடுத்துப்போட்டு அப்படியே பெரிய கடைப் பக்கம் போய் பசு மாடுகளுக்குப் புண்ணாக்கும் பருத்திக் கொட்டையும் வாங்கிக்கொண்டு வா, ராசா !"

"போணை, எனக்குத் தெரியாது ! நான் எங்கையும் அவசரமாகப் போக வெளிக்கிட்டால்தான் உனக்கும் வேலை நேத்துச் சோதினை. இண்டைக் கெண்டாலாவது மாச் பாக்கப் போகலாமெண்டால் எனக்கு வேறை வேலை சொல்லுகிறாய். வேணுமெண்டால் மடத்திலை பாலைக் குடுக்கிறன். பெரிய கடைக்குப் போக மாட்டன் !"

"நல்ல பிள்ளையெல்லை. பசு மாடுகள் ரெண்டும் ராவைக்குப் பட்டினி ராசா. கடைத்தெருப் பக்கம் போய் இதெல்லாம் வேண்டித்தர எனக்கு வேறை ஆர் இருக்கினம் ? என்ர ராசா வெல்லே ! ஒருக்காப் போயிட்டு வந்திடு"

தையலம்மா மகனின் பலவீனத்தைப் புரிந்து கொண்டு வார்த்தைகளை அள்ளி வீசினாள். மேகமூர்த்தி சற்று யோசித்தான்.

"சரி......... சரி........ ! காசைக் கொண்டா, போத்தலை எடுத்த வை !"

ஐந்து ரூபா நோட்டை வாங்கிப் பத்திரப் படுத்திக் கொண்டு, பாற் போத்தல்களுடன் சைக்கிளில் புறப்பட்ட மேகமூர்த்தி அண்மையில் உள்ள வயோதிப மடத்தை அடைந்ததும் பாற்போத்தல்களை வழக்கமாகக் குசினிக்குள் வைக்கும் தட்டைச் சுவரில் வைத்துவிட்டுத் திரும்பி வந்து மாமரத்தடியில் சாய்ந்து வைத்திருந்த சைக்கிளை எடுத்துக் கொண்டு புறப்பட பெடலில் வைத்தான்.

"தம்பி மூர்த்தி. கொஞ்சம் நில்லும். வாறன்."

வெள்ளை உடை தரித்து கிழப் பழமாகக் காட்சி தரும் மேட்ரன் அவனை அணுகி வந்தாள்.

ஆண்டு பலவாக அந்த வயோதிபர் மடத்திற்குப் பால் கொடுத்து வரும் தன்னிடம் ஒரு புன்முறுலைத் தவிர நின்று பேசி அறியாத அந்த மடத்தின் தலைவி தன்னைச் சற்று நிற்கச் சொல்லி விட்டுத் தன்னை நெருங்கி வருவதைக் கண்ட பொழுது மேகமூர்த்தியால் ஆச்சரியப் படாமல் இருக்க முடியவில்லை.

-'என்னத்துக்காக இருக்கும்?'

"தம்பி, அவசரமா பஜாருக்கு ஒரு தரம் போயிட்டு வர முடியுமா?" எனக் கிட்ட நெருங்கியதும் கேட்டாள் மேட்ரன் .

அவன் எதற்கு எனக் கேட்க நினைத்தான்; ஆனால் கேட்வில்லை.

அவனது நினைப்பைப் புரிந்து கொண்டவளாக மேட்ரன் சொன்னாள்: "தம்பி, ஆச்சிமுத்துக் கிழவிக்கு வருத்தம் கடுமையாக்கிப் போட்டுது. டாக்டர் பிறண்டியில் அடிக்கடி மருந்து கலக்கிக் குடுக்கச் சொல்லி இருக்கிறார். இங்கே அதைக்கொண்டுபோய் அதிலை எழுதியிருக்கிற விலாசத்திலை குடும். அங்கே தாரதை இந்தப் போத்தலுக்குள்ளை வாங்கிக் கொண்டு வாரும். -அவசரந் தம்பி!"

மேட்ரன் பேசிய படபடப்பைக் கண்டே நிலைமையின் அபாயத்தைப் புரிந்து கொண்டு விட்ட மேகமூர்த்தி போத்தலையும் மூடிய கவரையும் வாங்கிக் கொண்டான்.

"பணம் தரப்படவில்லையே?" என்ற எண்ணம் அவன் மனதில் முகிழ்ந்த பொழுது அப் பணத்தைப் பெறுவதற்காக அவன் அதை வெளிக் காட்டாமலே சற்றுத் தயங்கித் தயங்கித் திரும்பினான்.

மேகமூர்த்தியின் தயக்கத்தைப் புரிந்த கொண்ட மேட்ரன் இன்னுஞ் சற்று நெருங்கி வந்து குரலைத் தணித்துக் கொண்டு, இரகசியம் சொல்லும் பாணியில், "தம்பி! பிறண்டிக்குக் காசு தர இல்லையெண்டு நீ யோசிக்காதை இந்தக் காயித்ததைக் குடுக்கப்

போறவர்தான் ஆச்சிமுத்துக் கிழவியின்ரை சொந்த மகன். இது வெளியே தெரியாது இருந்தாலும் ஆபத்திற்கு இதைவிடச் சரியான வழியொண்டும் எனக்குத் தெரியல்லை போயிட்டு வாரும். இருட்டப் போகுது !"

போத்தலையும் கடித உறையையும் கையில் வாங்கிக் கொண்டதும் அவனுக்கு அக்கடித உறை கனப்பது போன்ற ஒரு பிரமை நெஞ்சில்.

-"சீ ! உலகத்திலை இப்படியும் மனிசர்களா !"

மேட்ரன் சொன்ன தகவல்கள் முள்ளாக அடி மனசை நெருடியது. ஆச்சிமுத்துக் கிழவியின் பெயரை நினைத்ததும் அந்தப் பெயரே அவன் மனதில் மணத்தது. ஆரம்பத்தில் அந்த அநாதை மடத்துக் கிழவிகளையெல்லாம் அலட்சியமாகத்தான் எண்ணி நடந்து வந்தவன் மேகமூர்த்தி. பார்வையில்கூட அநுதாபமற்ற போக்குகளும் அவனிடம் குடி கொண்டிருந்தன. பால் கொடுப்பதுடன் தனது கடமை முடிந்து விட்டது என மேலோட்டமாக நடந்து வந்த அவனை ஆச்சிமுத்துக் கிழவியின் அன்பு முகம் கொஞ்சம் கொஞ்சமாகக் கவர்ந்து கொண்டுவிட்டது.

ஒரு சில மூதாட்டிகள் அந்த மடத்தின் மதிலோரம் செம்பரத்தை மர வரிசைகளுக்கு எதிரே சீமேந்துச் சாய்மனைகளில் கால்களைத் தொங்கப் போட்டவண்ணம் அமர்ந்திருப்பார்கள். அதில் ஒருத்தியாக ஆச்சிமுத்துக் கிழவியும் காட்சி தருவாள்.

அப்படியான ஒரு சூழ்நிலையில்தான் முதன் முதலில் அவன் ஆச்சிமுத்துக் கிழவியைக் கண்டான்.

சிலரை முதன் முதலில் அவர்களது முகத்தைக் கண்டவுடன் பிடித்துப்போய் விடுகிறது. இன்னுஞ் சிலரை முன் பின் பழக்கமில்லாமலே கண்ட மாத்திரத்தில் மனதில் வெறுப்பேற்பட்டு விடுகின்றதே அப்படியாக ஆச்சிமுத்துக் கிழவியின் முகத்தைக் கண்ட மாத்திரத்திலேயே அவள் மீது ஒருவித பரிவுணர்ச்சி ஏற்பட்டு விட்டது.

ஒருவித வார்த்தையாடல்களும் இல்லாமல் வெறும் புன் முறுவல் மூலம் தனது அன்பை வெளிக்காட்டி வந்த அக்கிழவியிடம் தாய்மைப் பரிவைப் போகப்போக அவன் கண்டான்.

அந்த ஆச்சிமுத்துக் கிழவிக்குத்தான் இன்று கடுஞ்சுகயீனம்.

அநாதை மடத்துக் கிழவி என நீண்ட நாட்களாக எண்ணி வந்த அந்தக் கிழவியின் வசதி படைத்த மகனிடம் அவளுக்காக உதவி கோரி இன்று அவன் போகின்றான்! எத்தனை பெரிய விசித்திர உண்மை இது!

-"இது ஆச்சிமுத்துக் கிழவிக்குத் தெரியுமோ, தெரியாதோ ?"

அந்த வேகத்தில் சைக்கிளை எடுத்து மிதித்துக்கொண்டு புறப்பட்டு விட்டான் மேகமூர்த்தி.

இப்பொழுது அந்த வீதியின் பெயர்ப் பலகைகளை வரிசையாக வாசித்துக் கொண்டு சென்ற அவனது மனதில் ஓர் எண்ணம் தட்டுப்பட்டது.

யாரையாவது விசாரித்துப் பார்த்தால் என்ன ?

சைக்கிள்ளைப் படிக்கட்டொன்றில் நிறுத்தி விட்டு சப்பாத்துக் கடைக்காரர் ஒருவரைக் கேட்டுப் பார்த்தான்.

அவர் வெளியேவந்து இடத்தைச் சுட்டிக் காட்டினார்.

விளக்கு வைக்கும் நேரம்.

"சீமைக் குடிவகைகள் சில்லறையாகவும் மொத்தமாகவும் விற்கப்படும்"எனக் கட்டியம் கூறுவது போன்ற நீண்ட நெடும் விளம்பர பலகையைக் கொண்ட அந்த மேநாட்டுக் குடிவகைச் சாய்ப்பினுள்ளே குழல் விளக்குள் பிரகாசமாக ஒளியை உமிழ்ந்து கொண்டிருந்தன.

படிக்கட்டில் ஏறும்போதே ஒருவகை நெடி-ஆஸ்பத்திரிகளில் ஏற்படுமே ஒருவித மணம்-அதையும் விடக் காரமான குடிவகை நிலையங்களுக்கேயுரிய பிரத்தியேகமான வாடை மூக்கைத் துளைத்தது.

பலர் உள்ளே நுழைவதும் வெளியேறுவதுமாக இருந்தனர்.

சில இளைஞர்கள் கையில் சிகரெட்டுடன் ஒருவர் தோள் மீது ஒருவர் கை போட்டவண்ணம் ஆடி அசைந்து தெருவில் இறங்கி ஒருவிதப் பரவசத்துடன் நடந்து சென்றனர்.

தனியாக வெளியே வந்த ஒருவன் இவனைப் பார்த்துக் குடிகாரப் புன்னகை முகத்தில் தழும்பச் சிரித்துவிட்டுச் சென்றான்.

இவை யாவுமே மேகமூர்த்திக்குப் புதிய அநுபவங்கள்.

உள் நுழைந்த மேகமூர்த்தி நீண்ட ஹாலில். மெதுவாக நடந்தான். மின் விசிறிகள் மெதுவாகச் சுழன்று கொண்டிருந்தன. திரை அடைப்புக்களில் இருந்து கதிரைகளை இழுக்கும் சத்தமும் பல குரலில் சம்பாஷணைகளும் போத்தல் திறக்கப்படும் ஓசைகளும் அவன் காதுகளில் வந்து மோதிச் சென்றன.

மேசை விசிறி சுழன்று கொண்டிருந்தது. அதற்கு எதிரே கவுண்டரில் தங்கப் பிரேமிட்ட கண்ணாடி அணிந்த ஒருவர் உட்கார்ந்து யாருடனோ ஃபோனில் உரக்கக் கத்திப் பேசிக் கொண்டிருந்தார்.

"இவர் தான் அவரோ ?"

போத்தல், கிளாசுகளுடன் வந்த ஒரு ஊழியரை மறித்தான். "உங்கள் முதலாளி ஞானமாணிக்கம்..." அவன் முடிக்க வில்லை.

அவன் பயங்கலந்த பார்வையுடன் சைகையால் இவன் சந்தேகித்த அவரையே காட்டிவிட்டு அவசரமாகச் சென்று ஒரு திரைச் சீலைத் தட்டிக்குள் மறைந்து விட்டான்.

தூண் ஓரமாகச் சற்று ஒதுங்கி நின்றன.

தொலைபேசியில் பேசி முடித்த அவர் அதை வைத்து விட்டுத் திரும்பி, கண்ணாடியைக் கழற்றி தோளிற்கிடந்த சால்வையால் அதைத் துடைத்துக் கொண்டார்.

நேராக அவர் முன்போய் நின்றான் மேகமூர்த்தி. ஒருவித முன்னறிவிப்பும் கொடுக்காமல் பெயர் எழுதிய கடிதத்தை அவர் முன் எடுத்து நீட்டினான்.

அவன் மீது ஆச்சரியம் ததும்பும் விழிகளுடன் ஒரு பார்வையை விட்டெறிந்த ஞானமாணிக்கம், அவன் தந்த கடித உறையைப் பிரித்துப் படித்தார். பின்னர் கண்களை நிமிர்த்தி அவனைப் பார்த்தார். அவரது உதட்டின் கோணத்தில் தெரிந்த வெறுப்பின் சாயல், அவனைப் பேசத் தூண்டவில்லை.

மேகமூர்த்தி முகத்தில் இனந் தெரியாத குழப்பம் நிழலாடியது.

பரிவற்ற அவரது பார்வை அவனைக் குத்திக் குடைந்தது.

"ஏதாவது தவறு செய்துவிட்டோமோ ?" என ஒரு கணம் தடுமாறிப்போய் விட்டான் அவன். அந்தப் பார்வை அப்படிக் குற்றஞ் சாட்டுவதுபோல அவனுக்குப் பட்டது.

"ம்.....! ம்.......!" எனத் தன்னைத் தானே ஆசுவாசப் படுத்தும் ஓர் உறுமல் கடிதத்தை மேசையில் வைத்துவிட்டு நிமிர்ந்தார்.

"இந்தா ! காசு கொண்டு வந்திருக்கிறியா ? அரை ட்ராம் ஐஞ்சு ரூபாய்........இருக்குதா காசு ?" என்றார். கூர்மையான கண்டிப்பு மிகுந்த குரல்.

இறுக்கமான உணர்ச்சி மிக்க சொற்கள் இப்போது மேகமூர்த்திக்குத் தேவைப்பட்டன. ஆனால் ஒரு வார்த்தை கூட வெளிவர மாட்டேன் என்கிறதே!

"வந்து............. வந்து"

"என்ன வந்ததும் போனதும்? இதென்ன சத்திரம் எண்ட நினைப்பா உங்களுக்கெல்லாம்......... ? ....ஹும்!"

அவனது உள்ளத்தில் கோபத்தைப் போன்ற ஓர் உணர்ச்சி திடீரெனப் பொங்கிக் கொதித்தது. திடீரெனத் தணிந்து விட்டது.

மனதில் ஒரே எரிவு; வெறுமை கலந்த சோர்வு; பாழடைந்த வீட்டின் தனியே நிற்பதுபோன்ற பிரமை.

"ஏ,போய்!" என்ற குரலைத் தொடர்ந்து "யேஸ், சேர்!" என்ற பதில் குரலும் கேட்டது.

மீண்டும் டெலிபோனில் யாருடனோ அவர் பேசத் தொடங்கி விட்டார். அக் கடிதம் அவர் கைக்குள் கசங்கிப் போய்க் கிடந்தது.

வெளியே வந்தான்.

சைக்கிள் படியோரம் சாய்ந்து அநாதையாகக் கிடந்தது.

-"இனி என்னத்தைத் செய்யிறது ?"

மனதின் அடித் தளத்தில் கையாலாகாத வேதனை அரிப்பு.

வாசலில் நிற்பதற்கே கூச்சம் கலந்ததொரு வெட்கம். வேறு சந்தர்ப்பமானால் என்ன காரணத்தைக் கொண்டும் ஒரு கணம் கூடத் தாமத்திருக்க மாட்டேன் என்ற பழைய அகம் பாவத்தின் மின்னல் கீற்று உணர்ச்சிகள் அவன் மனதில் உறைக்காமலும் இல்லை.

அபூர்வமான பரிவு ததும்பும் ஆச்சிமுத்துக் கிழவியின் முகம் தனது கால்களைக் கட்டிப் போட்டு விட்டாற் போன்ற இயக்கமற்ற நிலையில் அவன் நின்றான்.

துக்க ரேகைகள் முகத்தில் நிழலாட, சோகமே உருவாக மேகமூர்த்தி எவ்வளவு நேரம் அந்த நடைபாதையில் நின்றிருந்தானோ அது அவனுக்கே தெரியாது.

இருள் மெல்ல மெல்ல வெளிச்சத்திற்குப் போர்வை போர்த்துக் கொண்டிருந்தது.

கையிலுள்ள போத்தலைப் பக்கத்தேயுள்ள சாக்கடைக்குள் வீசி எறியப் போன அவனது எண்ணத்தில் திடீரென ஒரு மின்னல் கீற்று.

"தம்பி எடேய், மேகம்! இந்தா காசு. பசுமாடுகளுக்கு....."

தேகமெல்லாம் சிலர்த்தது. புதியயொரு தெம்பு.

உள்ளே நுழைந்தான். நேரே சென்றான்.

பழக்கப்பட்டுப்போன சத்தங்களும், ஓசைகளும், சந்தடிகளும், இரைச்சல்களும், பின்னணிகீதம் இசைக்க, உணர்ச்சிகள் முன் உந்த கவுண்டர் மேசையை அவன் அணுகினான்.

புனிதமென மனிதன் மதிக்கத்தக்க சகலவற்றையுமே இழந்து விட்டு வெறும் பணப்பெட்டியே தஞ்சமென நினைக்கும் தார்மீகப் பண்பற்ற அம்மனிதனைப் பார்க்கவே அவனது நெஞ்சம் கூசியது.

ஒரு மௌனமான அலட்சியத்துடன் ஞான மாணிக்கம் அவனை நோக்கினார்.

வாய்ப் பேச்சுக்கு இடமில்லாமல் ஐந்து ரூபா நோட்டை அவர் முன்னே நீட்டிவிட்டுப் போத்தலை மேஜை மீது வைத்தான்.

உதடுகள் துடித்தன. நாக்கால் உதடுகளைத் தடவி ஈரக்கசிவை ஏற்படுத்தியவாறு தனது உணர்ச்சிகளைக் கட்டுப் படுத்திக் கொண்டான்.

சில மௌன வினாடிகளுக்கு அப்புறம் பொருள் கைக்கு வந்தது.

ஒரு கணம் அவரை வெறித்து நோக்கிய அவன் மீண்டும் வெளியே வந்தான்; சைக்கிளை நிமிர்த்தினான்.

"தம்பி எடேய், மேகம்! பசுமாடுகள் ரண்டும் ராவைக்குப் பட்டினி!" தாயின் உணர்ச்சிப் புலம்பலுக்குப் பின்னால் அந்தக் குடும்பமே அம்மாடுகளில்தான் தங்கி உள்ளதான நன்றிப் பெருக்குத் தெரிந்தது. அவனது நெஞ்சை இவ்உணர்ச்சி சற்றுத் திணறடிக்க வைத்தது.

-"மாடுகள்தானே! பரவாயில்லை. இண்டைக்குப் பட்டினி கிடக்கட்டும்!"

அவன் திரும்பிய பொழுது இருள் அவனுக்காக வழியில் காத்துக் கொண்டிருந்தது.

'மல்லிகை பொங்கல் மலர்' -71

உண்மையின் கால்கள்

பித்தளைக் காதுக் கம்பியும், கண்ணாடிப் பிரேமும் ஒத்துழைக்க மறுத்ததைப் பலவந்தமாக இணைந்து, நூல் கொண்டு கட்டப்பட்டிருந்த மூக்குக் கண்ணாடியை மடக்குக் கதிரையிலிருந்த கூட்டிலிருந்து எட்டியெடுத்துத் தோளிற்கிடந்த சால்வைத் தலைப்பால் அழுத்தித் துடைத்து அணிந்து கொண்டு, சாய்வு நாற்காலியில் சற்று நிமிர்ந்து உட்கார்ந்தார் சூரசங்காரம்.

கண்ணாடிக் கூட்டை மடக்குக் கதிரையில் வைத்துவிட்டு, மடிந்து கிடந்த தினசரிப் பத்திரிகையைக் கையில் எடுத்து விரித்துப் பார்த்தார் அவர். பெரிய எழுத்துத் தலைப்புச் செய்திகளில் கண்கள் மேய்ந்தன பழைய நாளைய யாழ்ப்பாணத்துச் சுருட்டுக் கொட்டில்களில் இராமாயணம், பாரதம் வாசிக்கும் பாணியில் செய்திகளைச் சற்று ராகமிட்டுப் படித்தார். பொதுவாகப் பேப்பர்களை-குறிப்பாகக் கடிதங்களையும் ராகமிட்டு வாசிப்பதில் அவருக்கு அவரையறியாமலே ஒரு பழக்க தோஷம்.

தினப் பத்திரிகைகள் படிக்க வேண்டிய கட்டாயம் அவருக்கு ஏற்பட்டதுக்குரிய காரணம் இந்த அரிசிக் கூப்பன்தான். அதற்கு முன்னர் எதாவது பக்திப் பிரபந்தங்களையோ அல்லது தேவார திருவாசகங்களையோ அடிக்கடி ஓதுவதும், வேதாந்த-சித்தாந்த

உபதேசங்களை முணுமுணுப்பதும்தான் அவரது வாயின் வழக்கம். தன்னைச் சார்ந்தவர்களுக்கும் தன்னை நாடி வருபவர்களுக்கும் பல விஷேச உபதேசங்களைப் புரிந்திருக்கிறார், அந்தக் காலத்தில். ஆனால் இன்று புளிக்குக் கூப்பன்; பிள்ளை பெறுவதற்கும் கூப்பனல்லவா ?

"விதானையாரையா, என்ன நீங்க இப்படிச் சொல்லுறீங்க ? இண்டையப் பேப்பரிலே வேறை மாதிரியெல்லோ போட்டிருக்கு ?" என நேற்றுவரைக்கும் வாயில்லாப் பூச்சிகள் என அவரால் கணிக்கப்பட்டு ஒதுக்கப்பட்டு வந்த "அதுகளும் இதுகளும்" அவரை மடக்குவதை உணர்ந்து சூரசங்காரம் விழித்துக் கொண்டார். அன்றிலிருந்து இந்தப் பக்திப் பாசுரங்களுக்குத் தற்காலிக ஓய்வு கொடுத்துவிட்டு, ஓர் உலக நடப்புகளைப் படித்துத் தெரிந்து கொள்வதில் அக்கறை காட்டத் தொடங்கி விட்டார். விதானையார் வேலைக்கும் அது உதவிகரமாக இருந்தது. இது நீண்ட நாளைய வழக்கம். அதைப்போலவே நீண்ட நாளைய பழக்கமான தாகவிடாயும் உடனே அவரது ஞாபகத்திற்கு வந்து விட்டது.

"தங்கச்சி ! தங்கச்சி மனோன்மணி !" எனக் குரல் கொடுத்தார்.

"ஓய் ! என்னப்பு வேணும் ?"-அடுக்களையில் இருந்து குரல் வந்தது.

"இவன் மார்க்கண்டு வந்தான். தாரதைத் தந்திந் தானெண்டால் இங்கை ஒருக்காக் கொண்டா புள்ளை. அதோடை உந்தத் தேத் தண்ணிக் கோப்பையையும் நல்லாக் கழுவிப் போட்டுக் கொண்டா".

சிறிது நேரத்தில் கள்ளுப் போத்தலுடனும் கோப்பையுடனும் தகப்பன் அருகில் வந்த மனோன்மணி, வலது பக்கமாக நிலத்தில் இரண்டையும் வைத்துவிட்டு வளையல்கள் கலகலக்க மௌனமாகவே திரும்பி நடந்தாள்.

அவளை ஒரு கணம் ஒன்றிக் கவனித்தார் அவர்.

கோப்பையை எடுத்துக் கள்ளை விளிம்புவரை ஊற்றி விட்டுப் போத்தலை ஒரு பக்கமாக வைத்தார், கள் ஊற்றப் பட்ட கோப்பையைக் கூர்ந்து கவனித்தார். நுரையும் ஒரு சில பேரில்லாத வண்டுகளும் தூசிகளும் மேல் மட்டத்தில் தட்டாமாலை சுற்றி விளையாடின, அப்படியொரு தரம் இப்படி ஒரு தரம் ஊதிவிட்டு வாயை வைத்த இழுத்து உறிஞ்சிக் குடித்தார் சூரசங்காரம்.

"சரி! இந்த வெய்யில் சூட்டுக்கு நல்லாத்தான் இருக்கு!"

மீண்டும் ஓர் உறிஞ்சல். இன்னுமோர் இழுப்பு. மீண்டும் மீண்டும்...

வெளிய ஆளவரம் கேட்டது.

"விதானையார் இருக்கிறாரோ ?"

கூர்ந்து குரலைக் கேட்டார் சூர சங்காரம். "ஓமோம்; ஆரது ?" போத்தலை எடுத்து நடுக்கப்புக்கு மறைவில் வைத்து விட்டு சாய்வு நாற்காலியில் நன்றாகச் சாய்ந்து கொண்டார் அவர்.

செருப்பை வெளியே படிக்கட்டு மூலையில் கழற்றி விட்டு விட்டு வெகுசாவதானமாக உள்நுழைந்தார் அம்மன் கோயில் தர்மகர்த்தா திருவிளங்கம். கைத்தடி தரையில் 'டக்டக்' என லயம் பிசகாமல் ஓசை எழுப்பியது. பையப் பைய நடந்து வந்தார்.

"என்னவும் திருவிளங்கதார் ? என்ன திடீரென்று இந்தப் பக்கத்து நினைவு வந்தது ?" குறுஞ்சிரிப்பு சிரித்துக் கொண்டே கேட்டார் சூரசங்காரம்.

"ஒண்டுமில்லை, சும்மா இந்தப் பக்கத்தாலை போனன். நினைவு வந்தது. சும்மா பாத்திட்டுப் போகலாமெண்டு வந்தன. அது சரி, பேப்பர் என்னத்தைச் சொல்லுது ?"

"ஒரு மண்ணாங்கட்டியுமில்லை. புதுசாக இந்தக் கிராம சேவையாளங்களைப் பற்றித்தான் ஏதோ பாளிமேந்திலை பேசீனாங்களாம்!" மன ஆதங்கம் வார்த்தைகளில் தொனிக்க விரக்தி உணர்வு வரம்பிட்டு நிற்க தொடர்ந்து, "அது சரி திருவிளங்கம், எப்பிடியாம் புது விதானையார் ?" என்று மந்தமாக உயிரற்ற குரலில் விசாரித்தார் சூரசங்காரம்.

"அவன் இப்ப விதானையில்லையே உங்க காலத்தோடை விதானை எண்ட பட்டம் போச்சுது. மயில்வாகனம் கிராம சேவை யாளன்தான். மயிலுவை ஏதோ எனக்கு, உனக்கு முன்னம் பின்னம் தெரியாதோ, புதுப்பொடியன். ஏதோ போகப் போகப் பாப்பம். எண்டாலும் பொடியன்தானே இனி ஊருக்கு விதானை. அதைக் கொஞ்சம் யோசிக்க வேணும்."

இதை கேட்டதும் சட்டென்று மாஜி விதானையாருக்குக் கோபம் வந்தது. "என்ன சொல்லுறியள்? நாலு பதினெட்டுச் சாதிகளையம் பரம்பரை பரம்பரையாகக் கட்டியாண்ட ஏங்கட விதானையார் பரம்பரையில் இவன்- இந்தக் கிழக்கத்தையான்- விதானையெண்டால்? இந்தக் கிழக்கத்தையான்கள் வீட்டிலை நாங்கள் செம்பு தண்ணி தூக்குவமா? இல்லை எங்கட பெண்டுகள் சவைசந்திதான் உண்டா?" எனப் பொருமினார் சூரசங்காரம்.

"சூரசங்காரம், காலம் மாறிக் கொண்டு போகுது. சும்மா விசர்த்தனமா யோசிச்சு யோசிச்சு காலத்தை உன்னாலை தடுத்து நிறுத்திப் போட முடியுமா, என்ன? பொடியன் இப்ப விதானை. நீயும் முந்தின விதானை. மனோன்மணியைப் பெண் கேட்டிட்டாங்களெண்டு நீ போன வருஷம் ஒரே துள்ளாய்த் துள்ளினாய். இந்த வருஷம் அவன் விதானை. ஏதோ யோசி. விதானையார் வீடு என்ற பரம்பரை அழியக் கூடாது அதையும் யோசித்துச் செய்."

மனந்தளர்ந்த சிந்தனையில் மூழ்கினார் மாஜி விதானையார். இதே வீட்டின் விறாந்தைப் பக்கம் ஒரே சனக் கூட்டம்தான் எந்நேரமும். போவதும் வருவதுமாக இருப்பார்கள் பலர். சின்னத்தம்பி வருவான். "ஐயா, இந்தக் கிழவியன்ரை பிச்சைச் சம்பளத்தைப் பார்த்து எடுக்கச் சரி பண்ணி விடுங்கோ" என்பான்.

"அது எப்படியடா மோனை ஏலும்?" ஓர் அர்த்தபுஷ்டியுள்ள பார்வையை அவன்மீது வீசுவார். "அது முந்தியைப் போல இல்லை, சரி......யோசிச்சுப் பாப்பம்" என்பார். தொடர்ந்து அங்குள்ள ஒருவனைக் கூப்பிட்டு, "சின்னத்தம்பி துலா மிதிப்பான். நீ நாலுபட்டை தண்ணி இறைச்சு விடு போயிலைக் கண்டுகள் வாடிக்கிடக்கு" என்பார்.

உதவி நாடி வந்த சின்னத்தம்பி ஏற்கவும் இயலாமல் ஒதுங்கவும் முடியாமல் திணறுவான். முடிவில் தண்ணீர் இறைக்கப்படும்.

"விதானையார் ஐயா, கூப்பனை மாடு தி.ன்டு விட்டது!" சீனித்தம்பி விறாந்தைக்கு வெளியே படியோரம் ஒற்றைக் காலில் கொக்குத் தவம் புரிவான்.

"இந்தா சீனி, கூப்பனைப் பற்றி பேந்து கதைப்பம். மாடுகள் ரெண்டும் ரெண்டு நாளாக் கட்டோடை கிடக்கிது. நாலு பனையோலை வெட்டிப் போடு. அதோடை குசினிப்பக்கம் நிக்கிற தென்னையிலை கிடக்கிற ரெண்டு குலைகளும் முத்திப் போச்சு. அதையும் ஒருக்கா ஏறிப் பார்."-ஹூம்! இனி அந்தக் காலம் எப்ப வரும்?"

"என்ன பேச்சு மூச்சில்லாமல் ஒரேயடியாச் சாய்ஞ்சு போயிட்டியள்? நானும் ஒரு கிழமையா மனோன்மணியைப் பற்றியும் மயில் வாகனத்தைப் பற்றியும் நல்லா யோசிச்சு யோசிச்சுத்தான் இந்த முடிவுக்கு வந்தனான். இரண்டு பேரும் சோக்கான பொருத்தம். நீதான் மனதுக்கை என்னமோ வீச்சுக் கொண்டு கடும் பிடிவாதம் பிடிக்கிறாய். இப்ப என்ன சொல்லப் போகிறாய்?" என்று ஏதோ ஒரு முடிவுடன்தான் திரும்புவேன் எனத் தீர்மானித்துக் கொண்டவர் போல திருவிளங்கம் உரத்த குரலில் நண்பருடன் வழக்கத்தை மீறி வாதிட்டார்.

"நீ சொல்லுறது சரியெண்டால், நீதானே அம்மன் கோயில் பொறுப்பாளி! ஏன் உன்ரை கோயிலைச் சகல சனங்களுக்கும் திறந்து விடவில்லை? ஆலயப் பிரவேசம் எண்டு ஊர் உலகம் எல்லாம் ஆதரவு தருகிறபோது நீயும் உன்னைச் சேர்ந்த சிலரும்தானே அதை எதிர்க்கிறீங்க? போதாக் குறைக்கு உங்கட பேச்செல்லாம் பேப்பரிலு கூட எல்லோ வருகிறது! எனக்கொரு ஞாயம், உனக்கொரு ஞாயமா?"

"பொறு, பொறு சூரசங்காரம். நான் இந்தக் கோயில் உரிமையாளராகி ஒரு நாப்பது வருசம் இருக்கலாம், இல்லையா? எங்கட பேர் முந்திப் பிந்திப் பேப்பரிலை ஒருக்காத்தானும்

வந்திருக்கா ? இல்லை. எங்களுக்கும் விருப்பம்தான். உலக நடப்பு எங்களுக்குத் தெரியாதா என்ன ? விளங்கும். ஆனால் பேப்பர்காரன் எல்லோ எங்களைப் பெரிய மனுசன் ஆக்கிறான். இப்பிடி வசதியா நீ பெரிய மனிசனாக உனக்கு விருப்பம் இருக்காதா என்ன ? அப்பிடி ஒரு விருப்பம்தான் எங்களுக்கு. நாங்களும் ஊர் உலகத்திலே ஒரு பெரிய மனிச ரெண்டு நாலு பேர் நம்பட்டுமன். இதுதான் எங்கட ரகசியம்" எனச் சொல்லிவிட்டுச் சிரித்தார் திருவிளங்கம்.

தனது நண்பனின் அதி புத்திசாலித்தனமான விளம்பரச் சூட்சுமத்தை உணர்ந்ததும் சூரசங்காரத்தாலும் சிரிக்காமல் இருக்க முடியவில்லை. எனவே நண்பருடன் சேர்ந்து அவரும் சிரித்தார்.

"எனக்கெதிராகப் புட்டீசம் போட்ட ராசதுரைக்கும் புது விதானைக்கும் சினேகிதம் இப்ப எப்பிடி இருக்கெண்டு விசாரிச்சியோ, திருவிளங்கம் ?" என்றார் சூரசங்காரம்.

"ஓமோம். நல்லா விசாரிச்சிருக்கிறன். ரெண்டு பேரும் நல்ல வாரப்பாடுதான். எங்கட கோயிலைத் திறந்துவிடக்கூட ராசதுரைதான் ஓடியாடித் திரிகிறான். புது விதானையும் கூட இதுக்கு ஆதரவெண்டு கேள்வி. ஒருத்தரை ஒருத்தர் விட்டுப் பிரிகிறதுகூட இல்லையாம் !" தான் கேள்விப்பட்டதை அடுக்கிக் கொண்டே போனார் திருவிளங்கம்.

ஆழ்ந்த பெருமூச்சொன்று காற்றுடன் கலந்தது.

ஒருநாள் குழந்தைக்குப் பேர் பதியும் விஷயமாகச் சின்னத்தம்பி இதே வாசலுக்கு வந்திருந்தான். இதைப்போலவே சாய்ந்து பேப்பர் படித்துக் கொண்டிருந்தார் சூரசங்காரம்.

அவனைக் கண்டதும் "வா, வா சின்னத்தம்பி" என எழுந்து வந்தார் அவர். "நீ ஏதாவது கேட்டு நான் செய்ய மறுத்தனானே ? இவன் ராசதுரையுடன் நீயேன் சேர்ந்தனீ ? காவாலிப் பயல் ஏசண்டுத்துரைக்கு என்னைப்பற்றி புட்டிசம் போட்டிருக்கிறான் இவன். நீ நேரே வா, எதெண்டாலும் செய்யிறன். ஆனா இவன் ராசதுரையோடை மாத்திரம் நீ சேரக்கூடாது" என்று எச்சரித்துவிட்டு உடனுக்குடன் அவனது வேலையைச் செய்து கொடுத்து விட்டார் சூரசங்காரம்.

இப்படி ஊரையே கட்டியாண்ட விதானையார் பரம்பரையைத் தட்டிக் கேட்க முனைந்த ராசதுரைக்குப் பயந்ததுபோல அரசாங்க அதிபருக்குக்கூட விதானையார் பயந்திருக்க மாட்டார்.

இன்றுகூட விதானையாராகச் சேர்ந்த இருபத்தைந்தாவது ஆண்டு விழாவைக் கொண்டாட மனப்பூர்வமான ஆசைதான். ஆனால் நெஞ்சுக்குள் மனப்பயம்தான் மண்டிக் கிடந்தது.

"எண்டாலும் பாப்பம்!"

"திருவிளங்கம்!" எனக் குரல் கொடுத்தார் சூரசங்காரம். பேப்பர் செய்திகளில் மூழ்கிப் போயிருந்த தர்மகர்த்தா ஏனென்று கேட்கும் பாவனையில் தலையை ஒரு பக்கம் சாய்த்துக் கொண்டே கண்களால் வினாவினர்.

"நான் ஒண்டு சொல்லப் போறன், முடிவா கேட்டுக் கொள்" எனப் பீடிகை போட்டுச் சற்று நிறுத்தினார் மாஜி விதானையார்.

"ம்.......... சரி, சொல்லு........... கேக்கிறன்."

"நான் நேற்றே இந்த முடிவுக்கு வந்திட்டன். உன்னட்டைக் கதை விட்டுக் கதை புடுங்கினனான். உன்னை நானும் அவசரமாகப் பார்க்க வேண்டுமெண்டு காலமை கூட நினைச்சனான். நீயே நேரிலை வந்திட்டாய்."

"ஆலாவர்ணம் இருக்கட்டும். விஷயத்தைச் சொல்லு."

"மனோன்மணியை மயிலுவுக்குத்தான் கட்டிக் குடுக்கப் போறன்!"

வியப்பளிக்கும் விநோத நிகழ்ச்சிக் கதைகளைக் காது கொடுத்துக் கேட்டுக் கொண்டிருக்கும் சிறுவனைப் போன்று, திருவிளங்கம் அப்படியே ஆச்சரியத்தில் மூழ்கிவிட்டார்.

இது உண்மையா அல்லது பொய்யா என்றுகூட அவரால் சிந்திக்க முடியவில்லை. சூரசங்காரம் நெஞ்சழுத்தக்காரர். தமாசுக்குக் கூட அவர் இப்படியாகப் பேசுவது கிடையாது. வைத்த விழி திருப்பாமல் அவரது முகத்தையே பார்த்துக் கொண்டிருந்தார் திருவிளங்கம்.

"நான் சொல்லுறது நல்லூர்க் கந்தன் சாட்சியாக உண்மை, திருவிளங்கம்."

"என்ன இப்பிடித் திடீரென்று சொல்லுகிறாய் ? உன்ரை குலம் கோத்திரம் எண்டு இப்பதானே சொன்னாய். அதுக்குள்ளை......"

"நீ இது நாளை வரை என்னைச் சரியா விளங்கி வைக்கவில்லை. ராசதுரையையும் மயில் வாகனத்தையும் பிரிப்பதற்கு ஒரே வழி இதுதான். எங்களைப் போன்றவர்கள் பரம்பரை பரம்பரை எண்டு இனிமேல் பேசிக்கொண்டிருந்தால் வண்டில் ஓடாது. ராசதுரை போன்றவர்களுடைய கைதான் ஓங்கும். அதை உயிரைக் குடுத்தும் தடுக்க வேணும். இல்லாது போனால் அவங்கட ராச்சியம்தான் இங்கை நடக்கும். அது நடக்கக் கூடாது. இந்த சூரசங்காரம் அதை நடக்கவும் விடமாட்டான். இந்தக் காலத்திலை நீ சொன்ன மாதிரி குலமாவது, கோத்திரமாவது ! எங்கட ஆதிக்கம் அழிஞ்சு போகக் கூடாது. அதுக்குத்தான் ஒரு யோசினை வைச்சிருக்கிறன். பாட்டன் பூட்டன் காலமாக விதானையார் வீடு என்று இந்த வீட்டுக்கு நிலைத்துவிட்ட பேர், வெளியிலும் போய்விடக் கூடாது. அதுக்குத்தான் மயிலு தேவை. ஒரே கல்லில் ரெண்டு மாங்காய். இதுக்கு உன்ரை ஒத்துழைப்புத்தான் முதல் தேவை. சீதன பாதனங்களைப் பற்றி நீ என்ன சொன்னாலும் நான் செய்யத் தயார். மற்றக் காரியங்களை எல்லாம் நீ பாத்து ஒரு வழியா ஒப்பேத்திப் போடு."

சூரசங்காரத்தின் வாயிலிருந்து கட்டம் கட்டமாகவும் மிக நிதானமாகவும் வெளிவந்த சாணக்கியத் தந்திர வலை விரிப்பு வார்த்தைகளைக் கேட்டதும் அப்படியே அசந்து போய்விட்டார் திருவிளங்கம். இராசதந்திர நுட்பத்துடன் தனது திட்டத்தைப் பகுதி பகுதியாக விவரித்து வர்ணித்த அவரின் புத்தி சாதுர்யத்தையும் சமயோசித யுத்தியையும் ஆழமான நரிச் சிந்தனையையும் அவரால் வியக்காமல் இருக்க முடியவில்லை. முப்பது, நாற்பது வருஷத்தைய நட்பில் இன்று போல் அவர் என்றுமே இப்படி ஆச்சரியப்பட்டவரல்ல !

கைத் தடி 'டக் டக்' என லயம் தவறாமல் சத்தம் எழுப்ப பையப் பைய நடந்து வெளியே சென்ற திருவிளங்கம் கால்களில் செருப்புகளை மாட்டினார்.

அடுத்த நாளுக்கு அடுத்த நாள், புதன்கிழமை.

விசேட அழைப்பின் பேரில் அழைக்கப்பட்டிருந்த மயில் வாகனம் புதுக்கோலத்துடன், பட்டு வேட்டி சரசரக்க மாஜிவிதானையார் வீட்டுப் படிகளில் ஏறிக்கொண்டிருந்தான்.

சாய்வு நாற்காலியில் சாய்ந்திருந்த சூரசங்காரம் பரபரப்புடன் எழுந்து மயில்வாகனத்தை வரவேற்க வாசலுக்கு ஓடோடி வந்தவர் அக்கம் பக்கங்களையும் மூக்குக் கண்ணாடி பார்வைக் கூடாக நோட்டமிட்டு அளக்கிறார். வரக்கூடும் என எதிர்பார்த்த புது விதானையின் தோழன் ராசதுரையை அங்கே காணவில்லை.

பின்னால் வந்துகொண்டிருந்த திருவிளங்கம் செருப்புகளை வாசற் படியருகே கழற்றி விட்டுக் கொண்டிருந்தார்.

'மல்லிகை' - 67

சமூகப் பொம்மைகள்

நடு முதுகில் நமைச்சல்! வியர்வை வேறு வழிந்தது.

அளவு கோலை எடுத்துச் சட்டைக் காலருக்குள்ளால் விட்டு, அரித்த இடத்தைத் தேய்த்து விட்டுக் கொண்டே, எதேச்சையாகப் பார்வையைச் சுழல விட்டுக் கொண்டிருந்த மதியாபரணத்தின் கண்கள் சுவரில் மாட்டப்பட்டிருந்த கடிகாரத்தில் பட்டு ஒரு கணம் நிலை குத்தி நின்றது.

மணி-

பதினொன்று.

உள்ளுணர்வு நேரத்தை உணரச் சற்றுத் தாமதித்த போதிலும் கூட, உணர்ந்தவுடன் அவன் சற்றுப் பரபரப்படைந்தான்.

தன் முன்னால் குவிந்து போயிருக்கும் துணிக் குவியலின் மீது பார்வையை மேயவிட்டான். பல ரகங்கள்........ பல விதங்கள்......... பல மாதிரிகள்.... பல பல வகையான வண்ணங்கள்...... சேலைகளாகவும், பிளவுஸ் துணிகளாகவும், பாவாடை வகையறாக்களாகவும் ஒரே குவியலில் காட்சியளித்தன.

வர்த்தக விளம்பரத்தினால் அகில இலங்கைப் புகழ் பெற்றிருந்த அந்த யாழ்ப்பாணப் புடவைக் கடைக்குப் பெரிய இடத்து வட்டாரங்கள் நிரந்தர வாடிக்கையாளர்கள்.

மதியாபரணம் அங்கே ஒரு சிப்பந்தி.

காலை கடை திறக்கப்பட்டு, காசுப் பெட்டிக்குச் சாம்பிராணி போட்டுவிட்டு முதலாளி தனது இருக்கையில் அமரும் பொழுதே அவனும் தனது கடமையை ஆரம்பித்து விடுவான்.

அரை மணி நேரம் பேப்பர் பார்ப்பதும் வீதியைப் பொழுது போக்காக நோக்குவதுமாக அவன் கழித்திருப்பான்

அந்தச் சமயந்தான் அந்த இரு யுவதிகளும் படியேறி அவனுடைய மேசைக்கு முன்னால் வந்து நின்றனர்.

உயர்ந்த ரக ஓடிகலோனின் வாசனை மூக்கைத் துளைத்தது.

மிக நளினமாகவும் நகைச்சுவை ததும்பவும் வாடிக்கை யாளர்களைச் சிரிக்க வைத்து வியாபாரம் செய்வதில் மதியாபரணம் மன்னன். இது முதலாளியின் நம்பிக்கை. எனவே நவீன ரக, உயர் தர புடவைத் தினுசுகள் நிறைந்துள்ள அந்தத் தனிப் பகுதிக்கு அவனையே பூரண பொறுப்பாளனாக்கியிருந்தார், அந்த நிறுவன அதிபர்.

இடையும் வயிறும் கவர்ச்சியை உமிழ்ந்து தள்ள, தூக்கிக் கட்டிய குத்து மார்புகள் சேலைத் தலைப்பின் மறைப்பிலிருந்து பகிரங்கமாகத் தம்மை வெளிக் காட்டிக் கொள்ள, மேசையில் சற்று ஒருக்களித்துச் சாய்ந்து கொண்டே,

"புதுசா என்ன வந்திருக்கு?" வந்தவர்களில் சற்று அழகியாகவும் நிறமாகவும் உயரமாகவும் காட்சி தந்த அவர்களில் ஒருத்தி கேட்டாள்.

அவளது கை கண்களில் கொலு வீற்றிருந்த கறுப்புக் கண்ணாடியைக் கழற்றி, அதைச் சுழற்றி விளையாடிக் கொண்டிருந்தது.

"என்ன உங்களுக்கு வேணும்? எது தேவையோ அதைச் சொல்லுங்க....தாரேன்"

"நைலெக்ஸில் புது டிசைன் இருக்கா"?

மதியாபரணம் அலமாரியைத் திறந்து வகை வகையான மாதிரிகளில் சேலைகளை எடுத்து லாவகமாக அவர்கள் முன்னால் மேஜையில் விரித்து வீசினான்.

"என்ன..... கீத்தா ! பைத்தியமா உனக்கு ? போன மாசம் தானே சிங்கப்பூரிலிருந்து உங்க சித்தப்பா ஐந்து சாரிகளைக் கொண்டாந்ததாகச் சொன்னாயே. பிறகு ஏன் புதுச் சாரிகள் ?"

கையிலிருந்த கூலிங்கிளாஸ் இப்பொழுது உதட்டிலிருந்து ஊஞ்சாலாடியது.

"ஓமடி மங்களா. என்னட்டைக் கனக்கச் சாரிகள் இருக்குதான். எண்டாலும் ஆசை. போன கிழமையும் கொழும்பிலை ஹைதராமணியிலை ரெண்டு எடுத்தனான். இருந்தாலும் யாழ்ப்பாணத்திற்கு வந்ததற்கு ரெண்டு சீலை வாங்கினால் என்னெண்டு யோசிக்கிறன் !" -வீங்கிப் போன தற்பெருமை குரலில் நிழலாடியது.

இருவரும் தமக்குள் பேசுவதும் அர்த்தமற்றுச் சிரிப்பதும் அடுக்கியிருக்கும் சேலைத் தினுசுகளை மீண்டும் மீண்டும் எடுத்துக் காட்டும்படியும் கேட்டுக் கொண்டேயிருந்தனர்.

வியாபார தந்திரத்தின் ஆரம்ப மந்திரமே கோபம் வரக்கூடாது என்பதை மதியாபரணம் நன்றாக உணர்ந்திருந்தான். அப்படியான மனப்பான்மையை முதலாளியின் உபதேசத்தின் மூலம் நன்கு மனதில் வளர்த்திருந்த அவனுக்கே கோபம் தலைக்கு மேல் ஏறித் தகித்தது.

"இந்தாப்பா, அதை எடு பாப்பம்!"

அவன் அடுத்த ஷோ கேஸை நோக்கி அடியெடுத்து வைத்தான்.

"தம்பி....! சாயம் போகாத லங்காச் சேலை ஏதாகிலும் இருக்கா ?"

மாம்பழக் கடகத்தைப் படி ஓரமாக ஒதுக்கி வைத்து விட்டு வந்து கொண்டிருந்த ஒரு நடுத்தர வயதுப் பெண் அவனது மேசையை நெருங்கிக் கேட்டாள். "தம்பி, நல்ல சாயம் போகாத சீலை...."

"ஓ... ஓ.... !" எனக் குரலெடுத்துச் சிரித்தனர் அந்த இரண்டு நாகரிக யுவதிகளும். "லங்காச் சீலை இல்லை. சாயம் போகாத சுங்குடிப் புடவை இருக்கு வேணுமா ?" என்றாள் அவர்களில் ஒருத்தி குறும்பாக.

"என்ன புள்ளையள் சொல்லுறியள் ?" கிராமத்து வஞ்சகமற்ற பார்வையுடன் மாம்பழக்காரியின் கேள்வி இருந்தது.

"ஏய் மனிசி! போய் அந்தப் பக்கம் பாரு போ... போ !"

தங்களது வாய் வலிக்கும் சிரிப்புக்கு மத்தியில் கீதா என அழைக்கப்பட்டவள் கோபப்படுவது போல இதனைச் சற்று உரத்த குரலில் சொல்லி வைத்தாள்.

"என்னப்பா, ரேடியோவிலை உங்கட கடையைப்பற்றி ரொம்பப் பெரிசாச் சொல்லுறாங்க. ஆனா இங்கை எடுக்கிறதுக்கு நல்லதா ரெண்டு சாரிகூட இல்லையே...."

உதடுவரைக்கும் ஏதோ வசவு வார்த்தைகள் வெளிவந்து விட்டன. வெகு சிரமப்பட்டுத் தனது உணர்ச்சிகளை விழுங்கிக் கொண்டான் அவன். மனப் பாம்பு சீறிச் சினந்தது.

இந்தச் சமயத்தில்தான் வியர்வை வழிந்து அவனது முதுகில் அரிக்கத் தொடங்கியது.

இப்படியான அநுபவம் அவனுக்குப் புதுமையில்லாது போனாலும் இன்று அது ஒரு புதுமையாகவே பட்டது. வேலை மினைக்கெட்ட குமரிப் பெண்கள் யாழ்ப்பாணத்தில் ஒவ்வொரு நாளும் கடைத் தெருவுக்கு வந்து புடவைக் கடைகள் ஒவ்வொன்றாக ஏறி இறங்கிப் பொழுது போக்குவதை அவன் அறியாதவனல்ல. "இந்தாப்பா அதை எடு.... இதை எடு....." எனக் கூறிக் கூறி வேடிக்கை காட்டும் ஒரு கூட்டம் இங்கு இருக்கவே இருக்கிறது என்பது அவனது வியாபார அநுபவம். அதைவிட முக்கியம் என்னவென்றால் சிப்பந்திகளை மனிதர்கள் என்றே அவர்கள் மதிப்பதில்லை என்பதுதான் !

மதியாபரணம் எதையும் தாங்கும் தன்மையுள்ளவன். ஆனால் தன்னை மனிதன் என மதிப்புத் தாராத யாரையுமே அவன் எக்காரணத்தைக் கொண்டும் கௌரவிக்கத் தயாராயில்லை.

கிட்டத் தட்ட இரண்டு மணி நேரம்.

தனித் தனியாக ஒவ்வொரு துணிச் சிப்பங்களையும் மடித்து மடித்து அடுக்கி வைத்தவண்ணம் எதிரே பார்த்தான். முன் பக்கத்து மேசையில் வியாபாரம் செய்து கொண்டிருந்த நமசிவாயம் இவனைப் பார்த்துக் கண்ணைச் சிமிட்டி விட்டு, உதட்டோரம் புன் முறுவலை வழியவிட்டான்.

"சே ! வந்தது வீண்தான் ! வேறை இரண்டொரு கடைகளுக்குப் போய்விட்டு அப்புறமா வாறம் !

அவன் ஓம் என்றும் கூறவில்லை. இல்லை என்றும் சொல்லவில்லை. அலட்சியமாகத் தலையை அசைத்தான்.

நிலம் நோகுமே என்ற வண்ணம் உயர்ந்த குதிச்செருப்புகள் 'டக் டக்' என ஓசை எழுப்ப மெதுவாக ஒய்யார நடை நடந்து, படி இறங்கிச் சென்றனர் அந்த இரு யுவதிகளும்.

துணிக் குவியல் கொஞ்சம் கொஞ்சமாகக் கரைந்தது.

குவியலின் உள்ளே புரட்டிப் புரட்டிப் பார்த்த மதியாபரணம் திடீரென ஏதோ யோசிப்பதுபோல ஒரு கணம் சற்றுத் திகைத்து நின்றான்.

அவனது முகத்தில் திடீர்ப் பரபரப்பு.

வெளியே வீதிக்குப் பாய்ந்தோடி வந்த மதியாபரணம் "என்னப்பா....... என்னப்பா....." என நமசிவாயம் கேட்ட கேள்விக்குக் கையமர்த்திச் "சும்மா இரு" எனச் சைகை காட்டிவிட்டு, மேற்குப் பார்த்த தெருவால் சற்றுத் தூரம் நடந்து, ஓடிச் சென்றான்,

அந்த அன்ன நடை மயிலாள்கள் தூரத்தில் நடந்து சென்று கொண்டிருந்தனர்.

கை தட்டினான். இருவரும் நின்று திரும்பிப் பார்த்தனர்.

கிட்டே நெருங்கிய அவன் அவர்களினது முகத்தை ஊடுருவிப் பார்த்தான். கண்களில் வெறுப்புச் சுளியோடியிருந்தது.

நவீன நாகரிகம் புஷ்பித்துப் பூத்துக் குலுங்கும் அந்த இரண்டு யுவதிகளும் ஒரு கணம் திகைத்தனர். பின்னர் சமாளித்துக் கொண்டு அவனை முறைத்துப் பார்த்தனர்.

"கூடையை ஒருக்காத்தாருங்கோ" - குரலில் அதட்டல், அதிகாரம்.

"ஏன் ?"

"சும்மா ஒருக்காத் தாருங்கோ."

"சும்மா எண்டால் ஏன் ?.... நாங்கள் ஆர் தெரியுமா ?.... பிறகு உன்னைச் சும்மா விடமாட்டம் தெரியுமா ?"

"அதைப் பிறகு பார்க்கலாம். கூடையைத் தாறீங்களா, அல்லது...."

வீதியில் இரண்டொருவர் நின்று திரும்பிப் பார்த்தனர்.

இவனது கோபக் குரலையும் வீதியில் இரண்டு குமரிகள் வாதமிடுவதையும் பார்த்து விட்ட பாமரத்தனமான சில பாதசாரிகள் இவர்களருகே வந்து நின்று வேடிக்கை பார்க்கத் தொடங்கினர்.

இக்காட்சி மதியாபரணத்தைப் பரபரப்படையச் செய்தது.

அவர்களில் பதிலுக்கோ எதிர்ப்புக்கோ காத்திராமல் சட்டென்று கூடையைப் பறித்தெடுத்தான், மதியாபரணம்.

கோயா பவுடர் டின் ஒன்று; இரண்டொரு கைக்குட்டைகள்; பிரெசியர் மூன்று; பிரீதி பைக்கற் ஒன்று; அத்துடன் ஒரு லேடீஸ் குடை. குடையின் உள்ளே நன்றாகச் சுருட்டி மடிக்கப்பட்டபடி உயர்ந்த ரகச் சாரியொன்று தலையை நீட்டிப் பார்த்துக் கொண்டிருந்தது.

சாரியை உருவி எடுத்தான் மதியாபரணம். நிமிர்ந்து அந்த இருவரையும் உற்றுப் பார்த்தான். கேவலமான ஜந்துக்களைப் பார்ப்பதுபோல அவனது பார்வை இருந்தது.

"மாம்பழம் வேணுமோ... மாம்பழம்.... கறுத்தக் கொழும்பான்......" சற்று முன் லங்காச் சேலை கேட்டு வந்த மாம்பழக்காரி குரல் கொடுத்துக்கொண்டு அவர்களைக் கடந்து வீதியின் குறுக்கால் சென்று கொண்டிருந்தாள்.

'மல்லிகை 10-வது ஆண்டு மலர்' -74.

பணச் சடங்கு

குறுக்கே போன கை ஒழுங்கையால் திரும்பி நடந்து, பின்னர் கிழக்குப் பக்கமாகச் சரிந்து வளைந்து தொடுக்கும் ஒரு ஒற்றையடிப் பாதை வழியாகச் சென்று, தட்டிப் படலைக்கு அணித்தாயுள்ள கிளுவை முள்வேலிக்கு மேலால் எட்டிப் பார்த்துக் குரல் கொடுத்தார் நன்னித்தம்பி.

-"சின்னப்பொடி !..... சின்னப்பொடி !:"

ஆளரவத்தைச் சற்றும் காணவில்லை.

முற்றத்தில் வேப்ப மர நிழலில் சுருண்டு படுத்திருந்த சொறிநாய் சட்டென்று எழுந்து குரைத்த வண்ணம், சற்று நேரம் அங்குமிங்கும் பார்த்துவிட்டு, மீண்டும் படுத்த இடத்திலேயே சுருண்டு படுத்துக் கொண்டது.

மீண்டும் குரல் கொடுத்தார், நன்னித் தம்பி. இம்முறை குரலைச் சற்று உயர்த்தி ஓசை எழுப்பியபடி கூப்பிட்டுப் பார்த்தார். ஒருவேளை ஆட்கள் கீட்கள் இல்லையோ ?

"ஆரது ?" - குடிசைக்குள் இருந்து கேள்வி பிறந்தது.

"இஞ்சை ஒருக்கா வந்திட்டுப் போ, சின்னப்பொடி. நாய் குலைக்குது. உள்ளை வரப் பயமா இருக்குது. ஒருக்கா இங்கை வா !"

"அதொண்டும் வாய் வைக்காது, சும்மா குலைக்கும். சரி; நான் இந்தா வாறன்" எனச் சொல்லிக் கொண்டு வெளியே வந்த

சின்னப்பொடி, எழுந்து நின்ற நாயை அதட்டி அடக்கி விட்டவாறு படலையடிக்கு வந்தான்.

பின்னால் திறந்து ஒழுங்கைப் பக்கம் வந்த சின்னப்பொடி ஆளை அடையாளம் கண்டுவிட்ட தோரணையில் "ஓ! எங்கட மணியகாரனே ? வாருங்கோ. என்ன சங்கதி கன காலத்துக்குப் பிறகு இந்தப் பக்கம் ? அத்தி பூத்தாப்பலே வந்திருக்கிறியள்... ஏதாவது சங்கதியோ ?" என விசாரித்தான்.

பழைய மணியகாரன் பரம்பரை என்ற பெருங்காய வாசனையின் மிச்ச சொச்ச மணத்தைக் கிராமத்தின் வரம்பு வாய்க்காலெல்லாம் பரப்பிக் கொண்டிருக்கும் கடைசிக் கொழுந்து என்ற கடைக்குட்டிப் பெருமை எப்பொழுதும் நன்னித்தம்பியாருக்கு உண்டு. இப்படியானவர்கள் அடிக்கடி அவரை மணியகாரன் மணியகாரன் என அழைப்பதைக் கேட்பதிலே அவருக்கொரு அலாதி விருப்பம். வசதி கிடைக்கும்போது தனது மூத்த பரம்பரையின் வீரத்தையும், கொடைச் சிறப்பையும், பாரம்பரிய பண்பாடுகளையும் விளம்பரப் படுத்துவதில் அவர் மன்னாதி மன்னர் ! அதே சமயம் அவரைப் போன்ற சம தரத்தினர் அவரை வெறும் நன்னியர் என்றே அழைப்பார்கள். அதைக் கேட்கும்போது அவருக்கு எரிச்சல் பற்றிக் கொண்டு வரும். ஏதோ " கண்ட நிண்ட" சாதிகளைக் கூப்பிடுவது போல அது அவருக்கு மனதில்படும்.

இருந்தாலும் நன்னியர் என்ற பெயரே கிராமப் பிரசித்தம்.

"உள்ளே வாருங்கோவன், மணியகாரன் !"

உள்ளே போனவர்களைத் தொடர்ந்து நாய் முன்னே ஓடியது. இருவரும் பின்னால் சென்றனர்.

கையிலிருந்த சிறு கடதாசிப் பார்சலை இடது கக்கத்துக்குள் வைத்துப் பிடித்துக் கொண்டு, கழுத்தில் ஏகவடமாகப் போட்டிருந்த பரமாஸ் சால்வையின் தலைப்பைக் கோடு முகத்தையும் அத்துடன் நெற்றி கழுத்தையெல்லாம் சேர்த்தும் ஒருமுறை அழுத்தித் துடைத்துக் கொண்டார், நன்னித்தம்பி.

உஸ்.... உஸ்.... என வாயால் ஊதி ஓசை எழுப்பிய வண்ணம், வெளி உஷ்ணத்தைத் தாங்கிக் கொள்ள மாட்டாதவராகக் காட்சி தந்த அவர் வேப்பமர நிழலுக்கு வந்த சமயம் ஆறுதல் பெருமூச்சொன்றை வெகுநிதானமாக வெளிவிட்டார்.

"இஞ்சை பார் சின்னப்பொடி, பத்து மணியாகேல்ல. இப்பவே இப்பிடி வெயிலெண்டால் மத்தியானம் எண்டிட்டா மனிசர் மாஞ்சாதி வெளியிலை சிளியிலை வெளிக்கிடேலாது போலக் கிடக்கே!"

"இது காண்டாவனக் காலமெல்லே. வெய்யில் இப்பிடித்தான் தகிக்கும். இன்னும் கொஞ்ச நாள் பேர்யிட்டா தணிஞ்சு போயிடும் வெயில். அது சரி கிடக்கட்டும். என்ன சேதி திடீரெண்டு இந்தப் பக்கம் வந்தனியள்?" என்றான் சின்னப்பொடி.

அவரது வருகையின் காரணத்தை ஓரளவு அவனால் ஊகிக்க முடிந்தது. இருந்தும் அவரது வாயினாலேயே அது வரட்டும் என்ற பாவனையில் ஏதோ ஒன்றும் தெரியாத அப்பாவி போலக் கேட்டு வைத்தான் அவன்.

"அதில்லை சின்னப்பொடி! இண்டைக்குப் போயா நாளெல்லே. அதுதான் இந்தப் பக்கத்தாலை வந்தனான். கோப்பரேசன்காரன் தவறணையை இழுத்து முழு நாளும் பூட்டிப் போடுறான். வாயைச் சொண்டை நனைக்கிறதுக்கு ஒரு வழியும் இல்லை. அதுதான் யோசிச்சுப் போட்டு உன்னைத் தேடிட்டு வந்திட்டன். அதோடை வேறொரு அலுவலும் உன்னட்டை!"

போயா தினங்களில் கள்ளுத் தவறணைகளை முழுசாகப் பூட்டிவிடுவதை ஆதரிக்காத தின வாடிக்கைக்காரர்களில் நன்னித் தம்பியும் ஒருவர். தென்னம் பாலுக்கு இதென்ன தடை என்று சூடாக விவாதிக்கும்போது கேட்பார். இருந்தாலும் அரசாங்கம் இந்தப் பாலுக்கு மது என்ற முத்திரை குத்தித் தடுத்தாட்கொண்டதை ஏற்றுக் கொள்ளாத அவர் இந்த ஒரு விஷயத்தில் மட்டும் அரசாங்கத்தின் சட்ட திட்டத்தை எதிர்ப்பவர்.

இப்படியான நாட்களில் சின்னப்பொடி போன்றவர்கள்தான் இப்படியானவர்களுக்குத் தஞ்சம். இவரைப்போல அவனது அன்பாதரவைத் தேடிப்பெற இன்னும் சிலரும் இருந்தனர்.

காரணம் தவறணைக்கு ஒழுங்காகக் கள் சீவிக் கொடுக்கும் தொழிலாளியான அவன், போயா நாட்களிலும் சீவப் போவதுண்டு. ஒரு நாள் தவறினாலும் சீவும் மரங்கள் கள் சுரக்காமல் மரத்துப் போய்விடும். எனவே சீவித்தானாக வேண்டும். அப்படிச் சீவும் கள்ளின் ஒரு பகுதியைத் தனது சொந்தத் தேவைக்காகப் பத்திரப்படுத்துவதுண்டு. அதில் பங்கு கேட்கப் போட்டி நிலவும். அவன் இதைப் பணத்தின் நோக்கமாகச் செய்வதில்லை. வீடு தேடி வரும் விருந்தாளிகளின் விருப்பத்தைப் பூர்த்தி பண்ணும் மனப் பாங்குடனேயே இதை அவன் கைக் கொள்வது வழக்கம்.

தனது ஊகம் சரிதான் என்பதைப் புரிந்துகொண்ட சின்னப்பொடி மனதிற்குள் சிரித்துக் கொண்டான். அது ஒரு தவிப்பு. 'குடி விடாய்' ஒரு வேதனை. இது அவனுக்கும் புரிந்த ஒன்று. அனுதாபமாக அவன் அவர்களைக் கவனிப்பான். எனவேதான் அவனில் சிலருக்குத் தனி அன்பு.

"அதென்னது வேறை அலுவல் என்னட்டை!

"கொஞ்சம் பொறன். ஆறுதலாகப் பேந்து கதைப்பம். இப்ப எனக்கு முழுசா ஒன்டு கிடைக்குமே?"

வேப்ப மர நிழலில் நின்று நிதானித்தவருக்கு அந்த வளவில் நிகழும் மாறுதல் தெரிந்தது. கல்வீடு ஒன்று மேற்கு மூலை மாமரத்துப் பக்கம் எழுந்து விட்டது. பூச்சுப் பூசப்படாத நிலை. பெரிய வீடு. நவீன மோஸ்தர் அலங்கார வளைவுகள் வேறு.

வாழ்ந்து கொண்டிருக்கும் கிடுகுக் கொட்டிலை ஒட்டினாற் போலப் போட்டிருந்த சார்ப்புப் பகுதிக்கு - முன்னர் அதுவே கள்ளுக் கொட்டிலாக இயங்கி வந்தது - அவரை அழைத்துச் சென்ற சின்னப்பொடி பனை போட்டிருந்த குத்தி ஒன்றில் அவரை உட்கார வைத்துவிட்டுக் குடிசைக்குள் நுழைந்தான்.

சின்னப்பொடி தனக்குத் தனக்கெனப் பதமாகச் சீவிப் பத்திரப்படுத்திய புளியமரத்தடித் தனி ஒற்றைத் தென்னை மரத்துக் கள்ளின் புதுச் சுவையின் தாக்கத்தில் தன்னை மறந்தவராகிப் போன நன்னித்தம்பி சின்னப் பொடியின் சகோதரத்துவ உணர்வைச் சொல்லிச் சொல்லி மாய்ந்து போனார்.

ஒரு போத்தலுக்குப் பதில் இரண்டாகி, மூன்றாகி, மூன்றரையும் முடிந்துவிட்டது.

ஒரு கட்டத்தில் அவரது கண்களில் இருந்து கண்ணீர் கூட வழிந்தது. "இப்பிடி ஒரு தனிப் பிறவி அடுத்த பிறப்பில் எனக்குச் சகோதரமாக ஒரு தாய் வயிற்றில் பிறந்தால்தான் என் நெஞ்சு பட்ட கடனைத் தீர்க்கும்" என ஏதேதோ சம்பந்தா சம்பந்தமில்லாமல் புலம்பி வைத்தார் அவர்.

கேட்டுக் கேட்டு அலுத்துப் போய்விட்டாலும் சின்னப்பொடி அந்த அலம்பல் விரிவுரையை ஆறுதலாகச் செவிமடுத்தான். அவன் அனுபவஸ்தன். முன்னர் இதே கள்ளுக் கொட்டிலில் இரவு பகலாகக் கேட்காததையா அவன் இப்பொழுது கேட்கிறான்? இப்படியான எத்தனையோ பேர்களின் அலம்பல்கள்......விதண்டா வாதங்கள் ...... தெய்வீக அறிவுரைகள்..... சகோரத்துவ நட்புரிமைகள்....

"நான் நெடுகக் கேக்கிறன். அதென்னது என்னட்டை வேறை அலுவல்?" எனக் குரலில் சற்றுக் கண்டிப்புத் தொனிக்கக் கேட்டான் சின்னப்பொடி. வெறி முற்றி விட்டால் அந்தக் களேபரத்தில் அந்த அம்சம் விடுபட்டுப் போய் விடுமோ என்ற தவிப்பில் அந்த முக்கிய விஷயத்தை அறிந்துவிட வேண்டுமென்ற துடிப்பில் நெருங்கி வந்து கேட்டான் அவன்.

மணலைக் கூட்டி, புளாவை அதில் வைத்து விட்டு, நிமிர்ந்து திரும்பிய நன்னித்தம்பி. சால்வை முனையால் ஒரு தடவை முகத்தைத் துடைத்து விட்டு தனக்குப் பக்கத்தே திண்ணை ஒட்டில் வைத்திருந்த சிறு பார்சலை எடுத்து மெதுவாகப் பிரித்தார்.

ஏதோ புதினமான சங்கதியை அறியப் போகும் குழந்தை மனத் துடிப்பிற்கு ஆட்பட்ட சின்னப்பொடி அவரது செயலை மிக உன்னிப்பாக அவதானித்துக் கொண்டிருந்தான்.

மஞ்சள் நிறத்தில் அச்சடிக்கப்பட்டிருந்த ஒரு கார்டை அதிலிருந்து உருவி எடுத்து வழக்கத்துக்கு மீறின பணிவுடன் சின்னப்பொடியின் முன் நீட்டினார் நன்னித்தம்பி.

அவனும் அதே பவ்வியத்துடன் அதை வாங்கிக் கொண்டான். வாங்கும்போது "இது என்ன புதுச் சங்கதி?" என்பது போலப் பார்வையால் வினாவினான் அவன்.

"படிச்சுப் பாரன், இதுக்கெண்டுதான் முக்கியமா உன்னட்டை வந்தனான்."

'பணச் சடங்கு' எனக் கொட்டை எழுத்தில் எழுதி இருந்தது மாத்திரம் அவனுக்கு விளங்கியது. மற்றவை சிறிய எழுத்தில் அச்சடிக்கப்பட்டிருந்தபடியால் சின்னப்பொடியால் வாசிக்க முடியவில்லை. வயது ஐம்பதைக் கடந்து விட்டதால் வெள்ளெழுத்து வேறு.

அவனுடைய தவிப்பைப் புரிந்து கொண்ட நன்னித்தம்பி "நான் நாளையிண்டைக்குப் புதன்கிழமை ஒரு பணச் சடங்கு நடத்திறன். அதுக்குத்தான் உனக்கும் துண்டு குடுக்க வந்தனான். சகோதரத்தைப் போலப் பழகீட்டம் கன காலமா. அதுதான் உனக்கும் ஒருக்காச் சொன்னாத்தான் என்ற மனசுக்கு ஆறுதல். ஊரிலை இப்ப முப்பது வருசமா கலியாணமெண்டு. சாமத்தியச் சடங்கு எண்டு, பணச்சடங்கு எண்டு எல்லாருக்கும் குடுத்து இருக்கிறன். இப்பதான் எனக்கு நேரம் வந்திருக்கு. ஊருப்பட்ட பேருக்குக் குடுத்ததை வாங்கத்தான் இப்ப நானொரு பணச்சடங்கை நடத்திறன். நீதான் உண்ரை மூத்த மோளுக்குச் சடங்கு நடத்தேக்கை எனக்கொரு சொல்லுச் சொல்லேல்லை. இருந்தாலும் நானுன்னை மறக்கேல்லை. நாளைக் கழிச்சு அடுத்த நாள். சும்மா அளவாத்தான் செய்யிறன். பெரிசா அப்பிடி இல்லை இருந்தாலும் ஊருக்கை உள்ளவர்கள் எல்லாரும் எனக்குக் கடமைப்பட்டவர்கள் வருவான்கள். நீயும் மறக்காமல் வந்திடு..... என்ன சரிதானே ?"

ஓரளவுக்கு நிதானம் தவறினாலும் பழக்க தோஷம் காரணமாகத் தன்னைச் சமாளித்தபடி வெளியே வந்த நன்னித்தம்பி, "இந்த நாய் எப்ப வந்தாலும் என்னிலை சொறியுது. இதைக் கவனிச்சு வை சின்னப்பொடி" எனக் கூறியவர், "இப்ப காசு கீசு இல்லை எண்டதுக்காக யோசிக்காதை! உனக்கு நான் கடன்காரன்தான். ஊரான் எல்லாம் எனக்குக் கடன்காரப் பயல்கள். நாளையிண்டைக்கு எல்லாம் சரியாப் போய்விடும். உன்ரை கடனையும் தீர்ப்பன் அப்ப......" என்றபடி படலையைத் திறந்து ஒழுங்கைக்குள் காலடி எடுத்து வைத்தார், நன்னித்தம்பி.

சிறிய பந்தல். சின்னச் சின்னச் சோடனைகள்.

நிலத்தில் சில பாய்கள் விரிக்கப்பட்டிருந்தன.

லாம்பு வைக்கும் நேரம் கடந்து விட்டது.

பெற்றோமெக்ஸ் விளக்கு சிணுங்கிச் சிணுங்கி எரிந்து கொண்டிருந்தது.

வாசலடி வாழை மரத்தடியில் ஆரவாரம் கேட்டதைக் கூர்ந்து அவதானித்த நன்னித் தம்பியர், "ஆரது ?" என்ற கேள்வியுடன் வெளியே வந்தார்.

"எட, எங்கட சின்னப் பொடியே ? என்ன பதுங்கிப்போய் நிக்கிறாய் ? வா... வா... பந்தலுக்குள்ளை வா. இஞ்சை அப்பிடி ஒருத்தரும் இல்லை. பணச்சடங்குக்கு வந்திட்டு இப்பிடி ஒளிச்சு ஒளிச்சு நிக்கிறியே ?" என்று கூறிக் கொண்டே அவனைப் பந்தலுக்குள் இழுத்துச் சென்றார்.

குழந்தைகள் ஒன்றிரண்டு விளையாடிக் கொண்டிருந்தன.

பந்தலுக்குள் இருந்த ஒரு சில பெண்கள் குசினிப்பக்கம் சென்று மறைந்து கொண்டனர்.

சந்தனத்தை எடுத்துப் பொட்டு வைத்தார். பன்னீர்ச் செம்பை எடுத்து அதில் நிறைந்துள்ள தண்ணீரைத் தலை முழுவதும் தெளித்துவிட்டார். பின்னர் சின்னப்பொடி விரித்திருந்த பாயொன்றில் இருக்க வைத்துவிட்டு, "இஞ்சேரும்... இஞ்சேரும்... இங்கை ஒருக்கா வந்திட்டுப் போம்!" எனக் குரல் கொடுத்தார்.

இவரது குரலைக் கேட்டு யாரும் வராதிருக்கவே, அதைச் சுதாரித்துக் கொண்டு எழுந்து குசினிப் பக்கம் சென்றார்.

சின்னப்பொடி பந்தலை அண்ணாந்து பார்த்தான். வெள்ளை கட்டிய அவசர நேர்த்தியைக் கூர்ந்து நோக்கினான். தனித்திருக்கக் கூச்சமாக இருந்தது. மனசில் பதட்டம் வேறு. இந்த இடத்தை விட்டுப் போய்விட வேண்டும் என்ற மனப்பதைபதைப்பு முகத்தில் துலாம் பரமாகத் தெரிந்தது.

கிளாசில் ஊற்றி வைத்த சோடாவைக் குடித்துவிட்டு நன்னித்தம்பியர் வற்புறுத்தியதின் பேரில் தட்டத்தை வாங்கித் தாம்பூலம் தரித்தான்.

அவர் அன்று வந்த பலரைப்பற்றி விரிவாக அவனுக்கு விளக்கிக் கூறினார். சட்டம்பி திருப்பதியரில் இருந்து சட்டத்தரணி சத்தியவேலன் வரை வந்து போன பிரமுகர்களின் பெருமைகளை அள்ளி வீசி விளாசினார் அவர்.

"அப்ப எனக்கு வேலை இருக்கு..... வாறன்" என்று கூறியபடி எழுந்தான் சின்னப்பொடி. அவரும் எழுந்தார். கையில் தயாராக வைத்திருந்த தபாலுறையை நன்னித்தம்பியின் கைக்குள் திணித்தவண்ணம் விடைபெற்றான் சின்னப்பொடி.

"இப்ப என்ன அவசரம்? கொஞ்ச நேரம் இருந்திட்டுப் போனால் என்னப்பா? கனக்கக் கதைக்க இருக்கு" என்று கூறியவாறு பந்தலுக்கு வெளிப்புறமாக வந்து அவனை வழியனுப்பி வைத்தார் நன்னித்தம்பி.

அவனை அனுப்பிவைத்த கையோடு உள்ளே வந்த அவர் மனைவியைக் கூப்பிட்டார்; "இஞ்சேரும், ஒரு சொட்டுத் தேத்தண்ணி வைச்சுத் தாரும். நெஞ்சை எரிக்குது. கொஞ்சம் சுடுதண்ணி குடிச்சாத்தான் இந்த நெஞ்செரிச்சல் தீரும்."

மனைவி மூக்குப் பேணியில் கொண்டு வந்து வைத்த தேநீரை ஒரு மிடறு விழுங்கிக் குடித்துவிட்டுப் பேணியைப் பக்கத்தில் வைத்தவாறு, பெரிய நீளமான கொப்பியைப் பந்தலுக்குள் விரித்திருந்த கம்பளத்திற்கு அடியிலிருந்து உருவி எடுத்தார்.

ஆறு மாதக் கர்ப்பிணிப் பெண்ணின் அடி வயிற்றுப் பருப்பத்துடன் அக் கொப்பி தொந்தி விழுந்திருந்தது. அதற்குள் அன்று அங்கு வந்துவிட்டுச் சென்றவர்கள் அளித்தச் சென்ற மூடப்பட்ட தபாலுறைகள் பிதுங்கி வழிந்தன.

உறைகளை ஒவ்வொன்றாக எடுத்து ஓரங்களைக் கிழித்துப் பிரித்தார்.

ஒன்று..... இரண்டு... மூன்று.....

எல்லாமே...... எல்லாமே சொல்லி வைத்தால் போல வெறும் காகிதத் துண்டுகள் திணிக்கப்பட்ட உறைகளாகவே காட்சி தந்தன. பணத்திற்குப் பதிலாக அதே அளவில் கத்தரிக்கப்பட்ட கடதாசித் துண்டுகள்! - காகிதங்கள்!

ஆனால் ஒரேயொரு கவரைப் பிரித்தபோது மட்டும் பத்து ரூபா நோட்டொன்று தலையை நீட்டி எட்டிப் பார்த்தது.

தப்புக் கணக்கு

"**தொ**ழிலாளர்களை என்னிடத்தில் வரவிடுங்கள்!"

கீழே கறுப்பெழுத்தில் எழுதப்பட்டிருந்த அந்த நீண்ட பெரிய படம். யேசுநாதரின் கருணைக் கண்களின் இனிய அந்த அழைப்பை அவன் தினசரி வகுப்பறையில் பல தடவை பார்த்துப் பழகியிருந்தான். அந்தப் பள்ளிக் கூடத்தின் பிரதான வாசலுக்கு மிகச் சமீபமாகத்தான் அவன் படிக்கும் வகுப்பறை இருந்தது. தெருவோரம் போகும் வாகனங்களின் அமைதியைக் குலைப்பது வழக்கம். அந்த அமைதி கெட்ட சூழ்நிலையிலும் அவன் அமைதியாகவே காட்சி தருவான். ஏனெனில் எப்படியும் படித்துப் பெரியவனாகி வரவேண்டும் என்பது அவனது தாயாரின் பெருவிருப்பம். அந்த விருப்பத்துக்கு எந்தவகையிலும் ஊறு விளைந்துவிடக் கூடாது என்ற மனத் திண்மை அவனது சிறிய நெஞ்சில் வேர் பரப்பி இருந்தது.

கரும்பலகைக்கு நேர் பக்கவாட்டுச் சுவரில்தான் அந்த யேசுநாதரின் முழு உருவப் படம் கண்ணாடிக்குள் தொங்கிக் கொண்டிருந்தது. அதைக் காலை மாலை பார்க்கும்போது அவன் மனதிற்குள்ளேயே அந்த உருவத்திடம் ஏதோ வேண்டிக் கொள்வான்.

அதன் கீழ் எழுதப்பட்டிருந்த அந்தத் தடித்த தமிழ் எழுத்துக்களின் அடிப்படைக் கருத்து என்னவென்றே அவனுக்குப் புரியாமல் இருந்தது. அதைக்கூட அவன் புரிந்துகொள்ள

முயற்சிக்கவில்லை. அப்படிப் புரிந்து கொள்ளக்கூடிய வயசுமல்ல அவனுக்கு.

ஏதோ ஒரு சந்தர்ப்பத்தில் எதையோ விளங்கப்படுத்த வேண்டி ஏற்பட்ட வேளையில் அவனது வகுப்பாசிரியர் ஒரு நாள் அதன் கருத்தை அவனுக்கும் அந்த வகுப்பு மாணவர்களுக்கும் மிகத் தெளிவாக விளங்கப்படுத்தினார்.

அவனைப் பொறுத்த வரையில் அந்த வகுப்பில் அவனொரு சூடிகையான மாணவன். மிகக் கெச்சிதமாகப் புரிந்து கொள்ளக் கூடிய மன இயல்பு கொண்டவன். அதையும் விடக் கூறக் கூடியதொன்றானால் மிக நுட்பமான விஷயங்களையும் ஒரு தடவை விளங்கப்படுத்தியவுடன் அந்த அடிப்படை நுட்பத்தையே சட்டென்று புரிந்து கொள்ளக் கூடியவன்.

"யேசுக் கிறிஸ்து நாதர் மக்கள் எல்லோரையும் நேசித்தார். அன்பு காட்டினார். குறிப்பாகத் தொழிலாளர்களையும் குழந்தைகளையும் அதிகம் அதிகமாக நேசித்தார். எனவேதான் உழைத்துக் களைத்த தொழிலாளர்கள்பால் தனது அன்பை வெளிப்படுத்தும் முகமாக இப்படி அவர்களைத் தன்பால் அழைக்கின்றார் !"

எப்பொழுதும் செபமாலையும் கையுமாகக் காட்சிதரும் அந்த வகுப்பின் வகுப்பாசிரியர் ஒருநாள் அந்தப் படத்திற்குக் கீழே எழுதப்பட்டிருந்த வாக்கியங்களுக்கு விளக்கவுரை சொன்னபோது இப்படியாக விளங்கப்படுத்தினார்.

அவர் எப்படி விளங்கப்படுத்தியிருந்த போதிலும்கூட, அவனுக்கு அந்தப் படத்திலிருந்த யேசுவின் உருவம் மனதிற்குப் பிடித்துப்போயிருந்தது. மென்மையான அந்த முறுவலும், கருணை ததும்பும் அந்த விழிகளும் விவரித்துக் கூறக் கூடிய நிலையில் இல்லாத முகப் பொலிவும் அவனுக்கு அந்த உருவத்தின் மீது ஒரு விதத் தனிப்பட்ட பாசத்தை உருவாக்கியிருந்தது.

அந்தப் பாடசாலையே ஒரு விசித்திரக் கூட்டுக் கலவைக் கதம்பமாகும். மகா கனம் தங்கிய மாட்சிமை மிக்க மகாராணியாரின்

ஆட்சியமைப்புக்குத் தேவையான இயந்திரங்களை உருவாக்கித் தந்துதவும் கடைச்சல் பட்டறைதான் அந்தக் கல்விக் கூடம். அப்படியான இடைத்தட்டுப் புத்தி ஜீவிகளின் குழந்தைகள்தான் அங்கே நிறைய நிறையக் கல்வி கற்று வந்தனர். அவனும் அவனைப் போன்றவர்கள் ஒரு சிலரும் அங்கு கல்வி கற்காமலுமில்லை. அதற்குக் காரணமும் உண்டு. மதத்தின் ஒருமைப்பாட்டைச் சிந்திச் சிதற விடாமல் பாதுகாக்கும் ஒரு செம்மறி ஆட்டுப் பட்டித் தொழுவ உறவு. அடுத்தது; அவனது வீட்டுக்குச் சமீபமாக அந்தப் பள்ளிக்கூடம் இருந்துவிட்ட வாய்ப்பு.

காலையும் மாலையும் வகுப்பாசிரியர் அதே வளவில் பிரமாண்டமாக உருவமெடுத்துள்ள மாதாகோயிலுக்குத் தனது மாணவர் பட்டாளங்களை அழைத்துச் செல்வார். அவரே முன் நின்று தனது மாணவர்களின் ஆன்ம ஈடேற்றத்தில் கண்ணும் கருத்துமாக உழைத்து வருவதை அந்தக் கோயிலின் தலைமைப் பாதிரியார் மற்றைய ஆசிரியர்களுக்கு அடிக்கடி எடுத்துச் சொல்வார்.

கண்ணாடிச் சட்டத்திற்குள் கருணை வடியும் உருவமாகக் காட்சி தரும் அந்த உருவத்தை நேசித்த அளவிற்கு அவனால் தனது வகுப்பாசிரியரைச் சிநேகிக்க முடியவில்லை. நேசமாகக் கூட நடக்க வேண்டாம்; ஒருகணம் அந்த ஆத்ம ஈடேற்றத்திற்கு அரும்பாடுபட்டு உழைத்து வரும் வேத விசுவாசி ஆசிரியர் மீது அன்பு காட்ட நினைக்க இயலவில்லை.

"இந்த மனத் திரிபுக்கு யார்தான் காரணம்?" என அவன் தனக்குள் தானே சுய விமர்சனம் செய்து கொண்டதுமுண்டு.

அந்த இளம் நெஞ்சத்துக்குச் சரியான விடை அதில் கிடைக்கவில்லை.

சில பெரிய உத்தியோகத்தரின் மக்கள் இயல்பாகவே படுமந்த புத்தியுள்ளவர்களாகக் காட்சி தருவார்கள். இப்படியான 'பெரிய வீட்டு'ப் பிள்ளைகளுக்கு அவர் அளவுக்கு மீறிச் சலுகை காட்டுவதைக் கண்டிருக்கிறான். காண்பதைவிட, இவனே அவர்களுக்குத்தான் காட்டும் பரிவை உய்த்துணர வேண்டும் என்ற

தோரணையில் அவனை முன்வைத்தே அவர் இந்தச் சலுகைகளை இனங் காட்டுவார்.

அதைக் கூட அவன் பொருட்படுத்துவதில்லை.

இருந்தும் கூட, ஏன் அவர் இப்படியான குரோதத்தைத் தன் மீது காட்டுகின்றார் என அவன் வெகுளியாக யோசிப்பதுண்டு.

புரியக் கூடாத புதிர் அது.

அழகான - வெள்ளைச் சட்டையுடனும் கவர்ச்சித் தோற்றத்துடனும் - காட்சி தரும் சக மாணவர்களுக்கு மத்தியில் தான் ஒருவேளை அசிங்கமாகக் காட்சி தருகிறேனோ என்ற ஐயப்பாட்டில் கூடியளவு கவனஞ் செலுத்தி சிரமப்பட்டு உடை, கவர்ச்சியான தோற்றம் போன்றவற்றில் நேரம் மினைக்கெட்டு தன்னைத்தானே ஒழுங்கு படுத்திப் பார்த்தான்.

அப்படியும் நிலைமை சிர்திருந்துவதாக இல்லை.

தனது சின்ன மூளையைக் கொண்டு தனக்குள் தானே சிந்தித்துப் பார்த்தான், அவன்.

-"மாஸ்டர் ஏன் என்னை வெறுக்கிறார் ?"

ஒரு நாள்-

கரும்பலகையில் ஒரு புதிய கணக்கை எழுதிவிட்டு, அதைச் சரியாக மாணவர்கள் தத்தமது கொப்பிகளில் எழுதி முடிக்கும் வரை சில நிமிடங்கள் அவகாசம் தந்து பின்னர் அதே கரும்பலகையில் அந்தக் கணக்கின் சரியான விடையையும் எழுதினார்.

தனக்குள் தானே மௌனமாகி, தனது திறமைகளை ஒரு முகப்படுத்தி, சிந்தனையைக் கணக்குக் கொப்பியில் ஒன்று கூட்டி, அதே கணக்கின் விடையைத் தனது கொப்பியில் தேடி வேட்டை நடத்தினான், அவன்.

-"இதென்ன ஆச்சரியம்! மாஸ்டரின் கணக்குப் பிழைக்கிறதே!"

மீண்டும் மீண்டும் முயற்சித்தான். கணக்குப் பிழைக்கிறது, மாஸ்டருக்குத்தான்.

இருக்கையை விட்டு எழுந்தான்.

கரும்பலகையில் தான் போட்ட கணக்கை முடித்து விட்டுத் திரும்பியவர் கண்களுக்கு அவன் எழுந்து நிற்பது தெரிந்தது.

"சேர்......!"

"என்னடா ?"

அவனைப் போன்றவர்களை அழைக்கும்போது "டா" என்ற சொல்லை அவர் அழுத்தி உச்சரிப்பது அவரது தனிப்பட்ட விசேஷக் குணமாகும். இதை அவன் பல தடவைகளில் அவதானித்து வந்ததுண்டு. இருந்தும் பெரியவர் என்ற உணர்வில் அவன் அதை யாரிடமும் வாய்விட்டுச் சொன்னதில்லை.

"என்னடா ! என்ன சொல்லப் போறே ?"

"கரும்பலகையிலை நீங்கள் போட்ட கணக்குத் தப்புக் கணக்கு மாஸ்டர் !"

கொல்லென்று வகுப்பறையெங்கும் சிரிப்பொலி.

சிறிது நேர ஆழ்ந்த மௌனம் நிலவியது.

ஆசிரியரின் முகம் ஒரு கணம் இருண்டு கிடந்தது. சுதாரித்துக் கொண்ட அவரது கண்கள் கொஞ்சம் கொஞ்சமாக உள்வாங்கிச் சிலிர்ப்பதைக் கண்டான், அவன்.

"இஞ்சை கிட்ட வாடா ! எங்கை இதிலை அந்தக் கணக்கைச் செய்து காட்டு பாப்பம்.... இந்தா சோக்கட்டி !"

தான் பிழையான அபிப்பிராயத்தைத்தான் சொல்லி விட்டேனோ என்ற ஐயம் கலந்த பய உணர்வுடன் முன்சென்றான் அவன். முன்னேற மனக் கிலி இருந்தபோதிலும் உள்ளுணர்வு உந்தித் தள்ள, ஒருவித அசாத்தியத் துணிச்சலுடன் கரும்பலகையை அண்மித்தான் அவன்.

வெண்கட்டியை அவனது கைகளில் தந்தபோது கூட ஆசிரியரின் அசிரத்தை தெரிந்தது.

"............ ஹம்! செய்யடா பாப்பம்?"

மிக நிதானமாக, கோயிற் பாடற் பூஜையின் போது சற்பிரசாத எழுந்தேற்ற நேரத்தில் இருக்கும் பய பக்தி உணர்வுடன், எண்களை அழித்துப் புதுத் தானங்களை அவ்விடத்தில் உருவேற்றி, இடத்தை நிரப்பிக் கொண்டே போனான் அவன். அந்தச் சமயத்தில்கூட, அவனிடம் வீம்போ, சவால் உணர்வோ சிறிதும் தலை காட்டவில்லை. ஒரு சிறுவனுக்குரிய ஆர்வமும் துடிதுடிப்புமே அவனிடம் மேலோங்கியிருந்தன.

கணக்கைச் செய்து முடித்ததும் அவன் திரும்பினான். கரும்பலகையையே வெறித்துப் பார்த்துக் கொண்டு நின்ற அவரைப் பார்த்தான். மாணவர்கள் அவனையே வைத்த கண் வாங்காமல் பார்த்துக் கொண்டிருந்தனர்.

மடக்கிக் கைக்குள் வைத்திருந்த அவனது கணக்குக் கொப்பியைச் சட்டென்று பறித்துப் பிரித்துப் பார்த்தார் அவர். அத்துடன் கரும்பலகைக் கணக்கையும் ஒப்பிட்டு நோக்கினார்.

"போயும் போயும் சிரைக்கப் போற உங்களுக்குப் படிப்பென்னத்துக்கடா? எங்கட தலையை அறுக்கிறதை விட்டிட்டுப் போய் வழிச்சுத் துடையுங்கோவன்!"

கொப்பியை இரண்டாகக் கிழித்து அதனால் அவனது முகத்தில் ஓங்கியடித்தார்.

அவன் அப்படியே விக்கித்துப் போய் நின்றான்.

வகுப்பில் மீண்டும் கொல்லென்ற சிரிப்பொலி.

சினத்துடன் அடி மனசில் இருந்து பீறிட்டு வந்த வார்த்தைச் சரங்கள் அந்த க்ஷணமே அவனது நெஞ்சின் நுண்ணிய உணர்வுகளில் போய்த் தைத்தன.

தனது குலத் தொழிலை அவர் இழிவு செய்து தன்னை அவமானப்படுத்தி விட்டார் என்ற உணர்வு அவனுக்கு வரவில்லை. அந்தச் சின்ன வயதிலும்கூட அவனது சாதிப் பெயரைக் கீழ்த்தர ஆயுதமாகப் பாவித்துப் பலர் அவனை அவமானப்படுத்தி முடித்து விடலாம் என்ற நோக்கில் செய்த கேலிக் கணைகளுக்கு அவன் முக்கியத்துவம் கொடுத்தவனல்ல. மற்றவர்களுக்குத் தத்தமது சாதியாக இருப்பது எத்தனை நியாயமோ அப்படியே தனக்கும் தன் சாதியாக இருப்பது சரியான நியாயம் என்ற நேரிடையான உணர்ச்சியால் இப்படியான மட்ட ரகத் தாக்குதல்கள் அவனை உந்தப்படுத்துவதில்லை.

இது சம்பந்தமாக வயதுக்கு மீறிய மனச் சமன் அவனுக்கிருந்தது. அநுபவம் அவனை அப்படியாக ஆக்கி வைத்திருந்தது.

இங்கே சாதி அகம்பாவம் அல்ல முக்கியம். வார்த்தைகளின் ஊடாக அதன் தொனியின் மீதமர்ந்து கொண்டு, 'திறமையையே கீழ்மைப்படுத்தி' ஆபாசமாக்கும் மனப்பான்மையல்லவா வெளிப்படுத்தப்பட்டுள்ளது!

அவன் சிறுவன்தான். ஆனால் என்றுமே இப்படியான காட்டுமிராண்டி நாக்கழுக்களை அவன் விரும்பியதில்லை; அனுமதித்ததில்லை.

அதன் கொடுமையான தாக்கத்தை அவனால் இப்பொழுது உணர முடிகிறது.

கீழே குனிந்தான்; இரண்டு துண்டாகக் கிடந்த கொப்பியைக் கையில் எடுத்துக்கொண்டான்.

கரும்பலகைக்குப் பக்கவாட்டுச் சுவரில் தடித்த கறுப்பெழுத்துக்கு மேலே நீழ்பட நின்றிருக்கும் அந்த உருவத்தை அண்ணாந்து பார்த்தான். கடைசித் தடவையாகப் பார்ப்பவனைப் போல அவன் பார்வையில் ஒரு வெறுமை கலந்திருந்தது.

படி இறங்கியபோது இரண்டு கைகளிலும் வைத்திருந்த கிழிந்த கொப்பித் துண்டுகளை ஒட்டவைத்துப் பார்த்தான்.

அவைகள் ஒட்டுப்படவேயில்லை!

'மல்லிகை' - 75

வெங்காயப் புழு

வீட்டு வாசல் படிக்கட்டுக்களைக் கடந்து இறங்கி, தெருப்படலையடியை நோக்கி முற்றத்தில் நடந்து வந்த சிவகடாட்சம், நடு முற்றத்தில் சரிந்து கிடந்த தண்ணீர்ச் செம்பைக் காலால் வீட்டு வாசலை நோக்கி எற்றிவிட்டுக் கொண்டே குரல் கொடுத்தார்; "இந்தா கற்பகம்; தண்ணிச் செம்பு முத்தத்திலை கிடக்கு, எடுத்துப் பத்திரமாய் உள்ளே வை. நானொருக்காத் தோட்டத்துப் பக்கமாப் போயிட்டு வாறன்.......

படலையடிக்கு வந்த அவர் அதன் பிணைப்பை உருவிவிட்டபடி அகலத் திறந்து வெளியே ஒரு காலை எடுத்து வைத்தார்.

புத்தம் புதிய பேஜோ காரொன்று படலையை அண்மித்து இவருக்குச் சமீபமாகச் சட்டென்று நின்றதை அவர் கண்டதும் வைத்த கால் வைத்தபடியே நின்றுவிட்டார் சிவகடாட்சம். சிவப்பு நிறக் கார். நிறம் கண்களைப் பறித்தது.

அந்த ரோட்டில் வாகனங்கள் அடிக்கடி போவதும் வருவதுமாக இருக்கும். நீண்ட நெடுஞ்சாலை ஒன்று அந்தக் கிராமத்தை ஊடறுத்துச் செல்லுகின்றது. எனவே பட்டணத்தில் இருந்து தொலைதூரம் போகும் இப்படியான கார்கள், பஸ்கள் அந்தப் பிரதான வீதியைத் தமது பயணப் பாதையாக வைத்திருந்தன.

அப்படியான ஒரு வாகனம்தான் அதுவுமாக்கும் என முதலில் நினைத்தார் சிவகடாட்சம். கார் நெருங்கிப் படலைக்குப் பக்கமாக வந்து நின்ற பொழுது ஒருவேளை மகனோ, மருமகனோ கொழும்பில் இருந்து லீவுக்கு வருகினமாக்கும் என ஐயுற்று உற்றுப் பார்த்தார்.

அறிமுகமில்லாத மூவர். முன் பக்கத்தில் இருவர்; பின்னால் ஒருவர். நவ நாகரிகக் கனவான்களைப் போன்ற தோற்றம். அந்தக் கிராமத்துக்குச் சம்பந்தமில்லாத செழிப்பான முக தேஜஸ்.

முன் ஆசன டிரைவர் இருக்கையில் இருந்து சிகரெட் புகைத்த வண்ணம் இறங்கினான் இளைஞன் ஒருவன். குளிர்ச்சிக் கண்ணாடி கண்களை அலங்கரித்தது. பெரிய இடத்துப் பிள்ளையைப் போன்ற மிடுக்கான தோற்றம்; முகத்தில் தனியான களை; உதட்டில் மென்மையான புன்முறுவல்; நீண்ட நாசி; சுருண்ட முடி.

ஐந்து ஆறு ஆண்டுகளுக்கு முன்னர் ஒரேயொரு மகளின் திருமண மகிழ்ச்சியைக் கொண்டாடும் நிமித்தமாக அவளின் விருப்பத்திற்கமைய பட்டணத்தில் பார்த்த தமிழ் சினிமாக் கதாநாயகனின் சாயலில் வெகு அழகாக அவன் காரைவிட்டு இறங்கி நடந்து வந்தான். கறுப்புக் கண்ணாடியைக் கழற்றிச் சட்டைப் பைக்குள் தொங்க விட்டபடி அவரை அணுகி மிக நெருக்கமான குரலில் "நீங்கள்தானே சிவகடாட்சம்?" என மென்மையாகக் கேட்டான்.

சிவகடாட்சம் திகைத்து விட்டார். அவருக்கு வார்த்தைகள் உடன் கைகொடுக்க மறுத்தன. ஒரு கணம் தயங்கினார்.

"......... ஓ ...... ஓமோம் தம்பி, நான்தான் அது ...." என வாயால் உளறினார்.

"உங்களைப் பற்றி நிறையக் கேள்விப்பட்டிருக்கிறன். இந்த ஊரிலை நடப்பு நாட்டாண்மையான ஆள் நீங்க தானெண்டு கொழும்பிலை வைச்சுக் கேள்விப்பட்டனான்..." எனச் சொல்லிக் கொண்டே ஒரு தடவை சிகரெட் புகையை ஊதி வெளியே விட்டான். பின்னர் அவரைப் பார்த்து நேச பூர்வமான புன்சிரிப்பொன்றை உதிர்த்தான்.

அந்த இளைஞன் சொன்ன வார்த்தைகளின் மோகன மிதப்பில் தன்னை மறந்து மயங்கிப் போன சிவகடாட்சம் பதிலுக்கு மனங் கனிந்து இதழ் விரியச் சிரித்து வைத்தார்.

அவன் ஏன் தன்னைத் தேடி வந்தான் என்பதைப் புரிந்து கொள்ள முடியாத தவிப்பு அவரது உடல் பதட்டத்தில் தெரிந்தது. அதை எப்படிக் கேட்பது எனத் தெரியாமல் குழம்பிப் போயிருந்த சிவகடாட்சம், "தம்பி ஏன் படலையடியிலை நிண்டு பேசுவான்? அவையளையும் கூப்பிடுங்கோ....... வீட்டுக்குள்ளை வசதி இருக்கு. அவையளும் உள்ளை வந்து இருக்கட்டுமே...." என இழுத்தார்.

"ஆர்! அந்தத் துரைமாரைச் சொல்லுறீங்களோ? கொழும்பிலை இருக்கிறவை. அவங்களுக்கு எங்கட பாசையும் துண்டா விளங்காது. அவங்க அப்பிடியே காருக்கை இருக்கட்டும். நாங்க இங்கை இருந்தே விசயத்தை வடிவாப் பேசுவம்" என்றான் அந்த இளைஞன்.

சிவகடாட்சம் எட்டிக் காரைப் பார்த்தார். அதில் வீற்றிருந்த இருவரும் இவர்களது பேச்சைப் புரிந்து கொண்டோ புரியாமலோ இவரைப் பார்த்துப் புன்முறுவல் பூத்தனர்.

"அப்ப தம்பி கொஞ்சம் இருங்கோ...." என்று சொல்லியபடி வீட்டிற்குள் விரைந்து சென்று நாற்காலி ஒன்றைச் சுமந்து வந்து படலையடிக்கும் முற்றத்திற்கும் இடை நடுவில் போட்டார். "தம்பி இப்ப இதில் குந்திக் கொண்டு என்னை என்னத்திற்கு இவ்வளவு தூரம் தேடிக் கொண்டு வந்தனீங்கள் எண்டதை ஆறுதலாகச் சொல்லும்?" என்றார்.

"இங்கை பாருங்கோ சிவகடாட்சம். நீங்க என்ரை அப்பருக்குச் சமானம்...." சொல்லிக் கொண்டே கையில் கடைசிப் புகையைக் கக்க விரும்பும் சிகரட்டை ஓர் உறிஞ்சு உறிஞ்சி அதை எட்ட வீசினான். "உங்களைத் தேடி கொண்டு வந்தனான். என்ரை பேர் ரவீந்திரன். நானும் இந்தப் பக்கத்தைச் சேர்ந்த பொடியன்தான்..."

தாங்கள் பேசிக் கொண்டிருப்பதைக் காரில் உள்ளவர்கள் பார்க்கட்டும் என்ற நினைப்பில் படலையை அகலத் திறந்து வைத்துவிட்டு வந்த சிவகடாட்சம், "சரி தம்பி.... நீங்க மேலே சொல்லுங்கோ......." என்றார்.

"நாங்க உங்களைத் தேடி வந்ததே ஒரு முக்கியமான காரியத்துக்காகத்தான். அது உங்களுக்கும் பெருத்த லாபம் தரும். எங்கட கம்பெனிக்கும் பெரிய உதவி. இந்த ஊரிலை உங்களைத்தான் முதலிலை தேடிக் கொண்டு வந்திருக்கிறம். நான் உங்களிடம் பேசுற சங்கதியையோ அல்லது சொல்லுற ரகசியத்தையோ யாரிட்டையும் இப்ப நீங்க சொல்லக் கூடாது. பரம ரகசியம் இது. இது வெளிவந்தா எங்க கம்பெனிக்குப் பெருத்த கஷ்டம் வந்திடும். எங்களைவிட உங்களுக்குத்தான் இதாலை பெருத்த நஷ்டம் வரும். என்ன நான் சொல்லுறது நல்லா விளங்குதோ ?" எனக் குரலில் ஒருவிதக் கண்டிப்புத் தொனிக்கக் கேட்டான் ரவீந்திரன்.

இவன் என்னத்தைச் சொல்லுகிறான் என்பதைப் புரிந்து கொள்ளாமலே, ஏதோ புரிந்து கொண்டு விட்டவரைப் போல முகத்தை வைத்துக் கொண்டு, "ஓமோம் தம்பி! எனக்கெல்லாம் நல்லா விளங்குது" என்றார் சிவகடாட்சம்.

எழுந்து காரடிக்குப் போனான் ரவீந்திரன். அவரையும் பின்னால் வரச் சொல்லிச் சைகை காட்டிவிட்டுச் சென்றான்.

டிக்கிக்குள் இருந்த கடதாசிப் பெட்டியொன்றை உருவித் தூக்கினான். காரின் ஆசனத்தில் இருந்து காகிதக் கத்தைகளையும் எடுத்தான்.

அவனுக்கு உதவியாக அவன் பக்கத்தில் வந்து நின்ற சிவகடாட்சம் நிமிர்ந்து பார்த்தார். வைரமுத்து தெருவால் வந்து கொண்டிருந்தான். அவன் ஒரு சந்தேகப் பிராணி. எல்லாவற்றிற்கும் நோண்டிக் கேள்வி கேட்டுத் துளைப்பவன். சுருக்கமாகச் சொன்னால் ஓர் அலுப்புக் கேஸ்.....

கார் மறைவில் முகத்தை மறைக்கப் பார்த்தார், சிவகடாட்சம். பருந்துக் கண் வைரமுத்துவுக்கு கண்டுவிட்டான். குரல் கொடுத்தான்: "சிவகடாட்சம் அண்ணை, கொழும்பிலை இருந்து ஆர் வந்திருக்கினம் ? மகனோ அல்லது மருமகனோ ?"

அவர் அவசர அவசரமாகப் பதில் சொன்னார்: "இல்லை... இல்லை, வைரமுத்து........ இது வேறை விசயம், ஆறுதலா பின்னாலை வா. பேந்து உன்னோடை கதைக்கிறன் !" சம்பாஷணையை அத்துடன் வெட்டி முறித்துக் கொண்டு, ரவீந்திரனுடன் வீட்டு முற்றத்திற்கு வந்தார்.

கதிரையில் இருக்காமலே ரவீந்திரன் தன் கையில் கொண்டு வந்திருந்த 'கெட்லக்' புத்தகங்களை அவருக்கு விரித்து வைத்துக் காட்டினான். அழகான - வடிவான - வண்ண வண்ணப் படங்கள் வழுவழுப்புக் காகிதத்தில் அச்சிடப்பட்டுள்ளன. அந்த வண்ணப் படங்களில் நீர் இறைக்கும் இயந்திரங்கள் வகை வகையாகக் காட்சி தந்து கொண்டிருந்தன.

கண்கள் வியப்பால் விரிய அவன் காட்டிய படங்களையே, தோட்டக்காரனின் பார்வையுடன் சிவகடாட்சம் பார்த்துக் கொண்டு நின்றார்.

"இந்தா பாருங்கோ சிவகடாட்சம். இந்தத் தண்ணிப் பம்பெல்லாம் ஜப்பான் கம்பெனிச் சரக்குகள், விலையும் மலிவு. எங்கட கம்பெனிதான் இதைக் கொழும்பிலை இறக்குமதி செய்யிறது. இதில்லை புதினமென்னண்டு கேப்பீங்கள். இது மண்ணெண்ணையிலை வேலை செய்யிறதில்லை. இது காஸ் இருக்கே காஸ் அந்தக் காஸிலை வேலை செய்யிற பம்! ஐஞ்சு பேருக்கு இதை விலை பேசி உதவினா உங்களுக்கு ஒண்டு காசில்லாமல் தரும் எங்க கம்பெனி. இந்த எண்ணை விலையேறின காலத்திலை காஸிலே வேலை செய்றிதெண்டால் எவ்வளவு மலிவு! காஸெண்டால் உங்களுக்கு விளங்கும்தானே?" எனத் தனது ஐயத்தை வினா வாக்கினான் ரவீந்திரன்.

"இதென்ன தம்பி புதுசாக் கேக்கிறியள்? ஒழுங்கையடிச் சிங்கப்பூர்ப் போஸ்ட்மாஸ்டர் வீட்டிலை இதிலைதான் எல்லாத்தையும் சமைக்கினம். எனக்கு நல்லாத் தெரியுமே!" எனச் சொல்லிவிட்டுத் தான் வெறும் கிணற்றுத் தவளையல்ல என்பது போல, அவனை அவர் ஏற்றிட்டுப் பார்த்தார்.

"அப்ப சரி. இப்ப நாங்க விசயத்துக்கு வருவம். இந்தக் காலத்திலை எண்ணைக்கு விலை குடுத்துக்கட்டாது. ஈரான்-ஈராக்காரன் சண்டை போடுகிறான். இன்னும் விலையேறும் எண்ணை. இதை யோசிச்சுத்தான் ஜப்பான்காரன் இதைப் புதுசாக் கண்டு பிடிச்சிருக்கிறான். உங்களுக்குச் சம்மதமெண்டால் ஒண்டு செய்யலாம்...." இதைச் சொல்லிவிட்டுப் பையில் இருந்து ஒரு

சிகரெட்டை எடுத்து உதட்டில் பொருத்தி 'லைட்' டரால் அதைப் பற்றவைத்துப் புகையை ஓர் இழுப்பு இழுத்து வெளியே விடுகிறான், ரவீந்திரன். அவனே தொடர்ந்து கூறினான்: "இந்த ஊரிலை நீங்க நாலு பேரிட்டை எங்கட கம்பெனிச் சாமானைப்பற்றிச் சொல்லிப் பிரசித்தப்படுத்த வேண்டும். எங்களுக்கு உடனேயே காசு கட்டத் தேவையில்லை. ஆறுதலாகத் தரலாம். எங்கட சாமானுக்கு விளம்பரம்தான் தேவை. இது பரவ வேண்டும். அதுதான் இப்ப எங்களுக்கு முக்கியம்

சிவகடாட்சம் பேசாமலே நின்றார்.

"இப்ப என்ன சொல்லுறியள்" என்றான் ரவீந்திரன்.

காசைப் பற்றி உடன் கொடுக்கத் தேவையில்லை என்பதே அவருக்கு உற்சாகமளிக்கும் சங்கதியாக அமைந்தது, மனசிற்குள்ளேயே அந்த நாலு பேர்கள் யார் யாராக இருக்கலாம் எனப் பெயர்களை ஞாபகப்படுத்திப் பார்த்துக் கொண்டார்.

"எங்கட கம்பெனிதான் கொழும்பிலை ஆகப் பெரிசு. காரிலை இருக்கிறவங்கள் அதிலை பெரிய உத்தியோகத்தர்மார். இந்த ஊரிலை உங்க நடப்பு நாட்டாமையைக் கேள்விப்பட்டு நானே உங்களைத் தேடி வந்திருக்கிறன் எண்டால் பார்த்துக் கொள்ளுங்களேன்!" சிகரெட்டை உறிஞ்சி விட்டுக்கொண்டே தொடர்ந்தான் அவன். "அதோடை இன்னுமொரு சாமான் இது அதைவிடவும் முக்கியம்!"

டிக்கியில் இருந்து கொண்டு வந்த அட்டைப் பெட்டியைத் தூக்கிக் காட்டினான், ரவீந்திரன், கண்கட்டு வித்தைக்காரன் காட்டும் வித்தைகளைப் பார்த்து வியந்து நிற்கும் பள்ளி மாணவனின் மன நிலையில் மகிழ்ந்து போனார் சிவகடாட்சம். "சொல்லுங்கோ தம்பி.... இதென்ன புதுச்சங்கதி?" எனக் குரலில் வியப்புத் தோன்றக் கேட்டார்.

"இது கூட ஜப்பான்காரன்ட கண்டுபிடிப்புத்தான். இப்பெல்லாம் இந்தப் பக்கத்திலை வெங்காயக் குருத்துகளுக்குள்ளை ஒரு புதுவிதமான புழு நுழைந்து அரிச்சு நாசப்படுத்துதாமே.... அதை

முழுசா அழிச்சுப் போடுவதற்காகக் கண்டு பிடிச்ச மருந்து இது. சிங்கள நாட்டிலை நல்லா வேலை செய்யுது. இங்கை இப்பதான் அறிமுகப்படுத்திறம். இதுக்கை இருக்கிறதை ஒரு வருஷம் பாவிக்கலாம். காத்துப் போகக் கூடாது. கவனமாப் பாவிக்க வேணும். எடுத்துக் கிடுத்துக் குலுக்கக் கூடாது. அதின்ரை வேகம் போயிடும். இண்டைக்கு இதை இங்கைதான் வைச்சிட்டுப் போகப் போறேன். நாளைக்கு யாழ்ப்பாணத்திலை இருந்து ஒரு இறைப்பு மெசினைக் கொண்டு வாறன். அப்ப எல்லாத்தையும் நேரிலை பேசிக் கொள்ளுவமே..." எனச் சொல்லிக்கொண்டே புறப்பட ஆயத்தமானான் ரவீந்திரன்.

தன்னை நம்பி இந்தப் பெரிய பொறுப்பை ஒப்படைத்து விட்டுப் போக இருக்கும் அந்த இளைஞனை நன்றி கலந்த உணர்வுடன் பார்த்தார் சிவகடாட்சம். தனது பிரக்கியாதியில் தனக்குள் தானே பெருமைப் பட்டுக் கொண்டார்.

எழுந்து காரடிக்குப் போனான் ரவீந்திரன். இவரும் அட்டைப் பெட்டியை நாற்காலியில் வைத்துவிட்டு அவனுடன் கூடச் சென்றார். எட்ட நின்று அவர்கள் இங்கிலீஸில் சம்பாஷிப்பதைக் கேட்டுக் கொண்டு நின்றார். அவர்களுடைய அந்நிய மொழி உரையாடலை அவதானித்த அவர் அவர்கள் பெரிய மனிதர்கள்தான் என மனிசிற்குள் மட்டிட்டுக் கொண்டார்.

திரும்பி அவரைப் பார்த்தான் ரவீந்திரன்.

கிட்ட நெருங்கிப் போனார் சிவகடாட்சம்.

குரலைத் தாழ்த்தி அவருக்கே கேட்கும் தொனியில் "இந்த ஆராய்ச்சிக்குக் கொழும்புக்கனுப்ப உடனே ரெண்டந்தர் வெங்காயம் தேவைப்படுது. காசைப் பற்றிக் கவலையில்லை. எவ்வளவும் தாறம். கம்பெனிச் செக் இருக்கு. உங்கட பேருக்கே செக்கைத் தாறம். ஆரிட்டையாவது இருந்தாச் சொல்லுங்க. எங்களுக்கு அவசரம் தேவை. எங்களிலை நம்பிக்கை இல்லையெண்டால் போயிட்டுக் காசோடை நாளைக்கு வாறம்."

"என்ன தம்பி இப்பிடிச் சொல்லுறியள்? உங்களை நானென்ன நம்பாமலே இவ்வளவையும் கேட்டனான்? என்னிட்டை லொறியிலை போடுறதுக்குக் கொஞ்ச வெங்காயம் கட்டிப் போட்டுக் கிடக்கு. அதிலை வேணுமெண்டால் ரெண்டு சாக்குகளைத் தாறன்" எனச் சொன்னவர் வேறு யாரையாவது துணைக்கழைத்தால் இறைப்பு மெஷின் விஷயம் வெளிவந்து விடுமோ என்ற பயத்தில் மௌனமாகி, வீட்டுக்குள் சென்றவர் ஒவ்வொரு மூட்டையாக இழுத்து வந்து காரடியில் போட்டார்.

அவரும் ரவீந்திரனுமாகச் சேர்ந்து டிக்கிக்குள் பத்திரமாக அந்தச் சாக்கு மூட்டைகளை வைத்தனர்.

தோளிற் கை போட்டு அவரை அணைத்து ஒரு குலுக்குக் குலுக்கினான் ரவீந்திரன். காரில் ஏறி விடைபெற்றுக் கொண்டான். காரில் இருந்த அந்த இருவரும் புன்முறுவல் காட்டி அவரிடம் விடைபெறும் போது,

அந்த நேசபூர்வமான உணர்வு அவரது நெஞ்சை நெகிழ வைத்தது. உடனே ஞாபகமும் வந்தது. "தம்பி! குறை நினைக்க மாட்டியள் எண்டால் ஒரு உதவி செய்யட்டே" எனக் குழைந்தார் சிவகடாட்சம்.

அவர் என்ன சொல்லப் போகிறாரோ என்ற நினைப்பில் அவரையே பார்த்தான் ரவீந்திரன். "கெதியாச் சொல்லுங்கோ சொல்லுறதை."

"இல்லை தம்பி, கொஞ்ச ராசவெள்ளிக் கிழங்கு கிடக்கு. என்ன? அவள் மருமோனுக்கு அனுப்ப வைச்சிருக்கிறாள். நீங்க கொழும்பிலை உள்ளவை. வீடு தேடி வந்திருக்கிறியிள் அதைக் காருக்குள்ளை போட்டுவிடுறன். உங்களுக்குச் சம்மதமெண்டாச் சரி."

"இதெல்லாம் என்னத்துக்குப் பாருங்கோ..... சரி.... சரி.... உங்கடை ஆசையைக் கெடுப்பானேன். கெதியாக் கொண்டு வந்தாச் சரி."

வீட்டிற்குள் ஓடிக் கற்பகத்தின் மறுதலிப்புகளுக்கு ஈடு கொடுத்து, அவளது முணுமுணுப்புகளைச் சமாளித்துவிட்டு, ஒரு பெரிய உரப் பையில் போட்டு வடிவாகக் கட்டப்பட்டிருந்த மூட்டையைத் திறந்திருந்த கார் கதவின் ஊடாக முக்கித் தக்கித் தள்ளிவிட்டு நிமிர்ந்தார் சிவகடாட்சம்.

மூவரும் விடை பெறும் தோரணையில் கைகளை அசைத்தனர். கார் ஓர் உறுமலுடன் தார் ரோட்டில் சீறிப் பாய்ந்து ஓடியது.

தூரத்தே மர நிழலில் இவைகளை அவதானித்துக் கொண்டிருந்த வைரமுத்து நெருங்கி வந்தான். அவன் வந்தது இவருக்கு அலுப்பாக இருந்தாலும் கதை கொடுக்காமல் இருக்க முடியவில்லை. நோண்டி நோண்டிக் கேள்வி கேட்டான். புட்டுப் புட்டு விசாரித்தான். ஒவ்வொன்றாகக் கேட்டு வைத்தான்.

வைரமுத்துவின் கேள்விகள், விசாரணைகளின் பின் அவருக்கே ஒரு கணம் ஆவல் தோன்றியது. உண்மையை அறிந்துவிட வேண்டுமென்ற ரோச உணர்வு உந்தித் தள்ள வைரமுத்துவுடன் முற்றத்துக்கு வந்து அட்டைப் பெட்டியைப் பிரித்து ஆராயத் தொடங்கினார். வைரமுத்துவும் உதவ முன்வந்தான்.

கற்பகமும் படியிறங்கிக் கிட்டே வந்தாள்.

கடதாசி.... கடதாசி...... கடதாசி....

எடுக்க எடுக்கப் பேப்பர் பேப்பராக வந்தது. பேப்பர்களை எல்லாம் எடுத்து வெளியே எறிந்துவிட்டு அடியில் கைபோட்டுத் துளாவிப் பார்த்தால் கடைசியில் சில பழைய மெப்போத்தல்கள் தட்டுப்பட்டன. வைரமுத்து எடுத்துப் பார்த்தான். அந்த ஆறு புட்டிகளிலும் டெட்டால் தண்ணீர் நிரப்பப்பட்டிருந்தது.

- "அட சண்டாளப் பாவிகளே!" என வாய் முணு முணுக்க அப்படியே அயர்ந்து போனார் சிவகடாட்சம். அவரது மனதில் ஒரேயொரு உணர்வுதான் அப்பொழுது ஓடியது. "இந்தத் தாலியறுப்பான்கள் பக்கத்துக் கிராமத்தான்களையும் இப்பிடி ஏமாத்திவிடக் கூடாதே!"

'மல்லிகை' -

க்ஷணம்

குறுக்குத் தெருவை வெட்டிக் கடந்து, மூச்சந்தி முனையில் வலப் பக்கமாகத் திரும்பி அந்தப் பிரதான வீதிக்குக் காரைத் திருப்பிச் செலுத்திய போது, வீதி முனையில் இருந்த கோவிலில் மணியோசை 'கணீ' ரெனக் கேட்டது"முருகா !" என மனதிற்குள் ஒரு தடவை சொல்லிக் கொண்டார் சோமநாதன். ஒரு கணம் கைகள் இரண்டையும் கோர்த்திணைத்து - கோயிலைக் கார் கடந்து செல்லும் போது - சற்றுத் தூக்கிக் கும்பிட்டுக் கொண்டார். அப்பொழுதுதான் அவருக்கு இன்றைக்கு வெள்ளிக்கிழமை என்ற ஞாபகம் திடீரென வந்தது. காருக்கு முன் சீட்டில் பக்கத்தே மௌனமாக உட்கார்ந்திருந்த மகனைத் திரும்பிப் பார்த்தார்; "நகுலேசு. கடையைத் திறந்ததும் கொஞ்ச நேரம் கடையிலை என்னோடை இரு. எனக்கு இண்டைக்கு நேரஞ் செல்லவாறனெண்டு நேற்றுச் சொல்லிப் போட்டுப் போனவர். அதுதான் உன்னைக் கையோடு கூட்டிக் கொண்டு வந்தனான்..." என்றார்.

நகுலேஸ்வரன், தான் இதுவரை சொல்லிக் கொண்டு வந்ததைக் கேட்டானா இல்லையா என்பதை, இவரால் அனுமாமனிக்க முடியவில்லை. பட்டதாரிப் பையன் படிப்பை முடித்து ஒரு வருடமாகி விட்டது. வீட்டில் சும்மா குந்திக் குந்தியிருப்பதுதான் படித்ததற்கு வேலை. படித்த பொடியனைச் சிரமப்படுத்த அவருக்கு விருப்பமில்லை. அவனொரு போக்கு. தனிப்போக்குடைய நகுலேஸ்வரன் எந்த விதமான ஆசாபாசங்களுக்கும் உட்படாதவன் போன்ற ஒரு மன நிலை உணர்வுள்ளவன். வீட்டில் செல்லப்பிள்ளை; ஒரேயொரு மகன்.

இருந்தாலும் அந்தத் தனிப்பட்ட சலுகையைப் பாவித்து அவன் அடம் பிடிப்பது மில்லை; தனது உண்மையான உணர்வுகளைக் கூட அவன் என்றுமே வெளிக் காட்டிக் கொண்டதுமில்லை.

வீட்டில் தனித்துக் குந்தியிருந்தவனை எப்படியாவது தனது தொழில் நிலையத்திற்கு அழைத்து வந்து தொழில் நுட்பங்களையாவது தற்காலிகமாகப் போதித்து வைக்கலாம் என்ற அருட்டுணர்வில்தான் இன்று காலை அவனைக் காரில் தனது கடைக்கு அழைத்துக் கொண்டு வந்திருந்தார் சோமநாதன்.

பிரதான வீதியின் நாற்சந்தி சந்திக்கும் முனைக்கும் சமீபமாகத் தெருவோரம் காரை நிறுத்திவிட்டு இறங்கினார் அவர். கூடவே நகுலேஸ்வரனும் காரை விட்டு இறங்கிக் கொண்டான்.

கார்க் கதவில் ஒரு கையும், இடுப்பில் மறு கையுமாகக் காட்சி தந்த அவர், நிமிர்ந்து பார்த்தார். எட்டடி நீளமுள்ள அந்த ஸ்தாபனத்தின் வடிவமான விளம்பரப் பலகையை நோட்டமிட்டார். 'சோமநாதன் அன்ட் சன்' என்ற மூவர்ணக் கொட்டை எழுத்துக்கள் அழகான ஆங்கிலத்தில் பளிச்சிட்டன. விளம்பரப் பலகை ஒரு மூலை மூளிப்பட்டது போலச் சிதைந்து காட்சி தந்தது.

சோமநாதனுக்கு நேற்றைய எரிச்சல் இன்றும் மனதிற்குள் கிளை விட்டுப் படர்ந்தது.

முன்னால் பிரபலமான பெரிய கண்ணாடி விற்பனவு நிலையும். கொழும்பில் இருந்து இராட்சத லொறிகளில் எல்லாம் கண்ணாடி வரும். இரண்டு நாட்களுக்கு முன்னர், கண்ணாடி இறக்கிய லொறியொன்று வெட்டித் திரும்பிப் போக வழி தேடுகையில் இசகு பிசகாக இவரது கடையின் விளம்பரப் பலகையின் ஒரு மூலையைப் பதம் பார்த்து விட்டது. விளம்பரப் பலகையே மூளியாக்கப்பட்ட நிலையில் இரண்டு நாட்களாகக் காட்சி தந்து வருகின்றது.

அதைப் பார்க்கப் பார்க்க சோமநாதன் நெஞ்சில் எரிச்சல் வியாபித்தது. பக்கத்தே பேசாமல் மகன் நிற்பதைப் பார்க்க மன எரிச்சல் இன்னும் அதிகரிக்கவே செய்தது.

"என்ன தம்பி பேசாமல் கொள்ளாமல் நிக்கிறாய் ? இந்தா துறப்பு. போய்க் கடையைத் திறவன்" என எரிச்சலை வார்த்தைக்குள் உட்புகுந்து விடாமல் மிக எச்சரிக்கையுடன் மென்று விழுங்கிக் கொண்டே சொன்னார்.

சிறிய காக்கிப் பையில் கையில் தொங்கிக் கொண்டிருந்த திறப்புக் கோர்வைகளை எடுத்து மகனிடம் நீட்டினார் சோமநாதன். படித்த பொடியனைக் கோபித்தால் அவன் மனமுடைந்துவிடக் கூடும் என்ற மனப் பயம் அவருக்கு. அத்துடன் அன்றுதான் அவனை முதன் முதலில் வியாபார நிமித்தமாகத் தன்னுடன் அழைத்து வந்திருக்கிறார். எனவே சுமுகமான குரலில் மீண்டும் சொன்னார்; "பூக்காரன் ஆமப் பூட்டுத் திறாங்குக்குள் பூ வைத்திருக்கிறான். அதையும் எடுத்துக் கொண்டு ஆமைப் பூட்டுக்கத் திற" என முதல் ஆலோசனையும் சொல்லி வைத்தார்.

"நகைகள் அடைவு பிடிக்கத் தத்துவம் பெற்றவர்" என விளம்பரப் பலகைக்குக் கீழே கரும்பலகை நிறத்தில் வெள்ளை எழுத்தில் பொறிக்கப்பட்டிருந்த வாசகங்களை முதன் முதலில் எழுத்துக் கூட்டி வாசித்துப் பார்க்கும் பள்ளிக்கூடச் சிறு குழந்தை மனப்போக்கில் அதை மனதிற்குள் வாசித்துக் கொண்டே திறப்புக் கோர்வைகளைத் தகப்பனிடமிருந்து வாங்கினான் நகுலேஸ்வரன்.

சோமநாதனிடம் ஒரு சிறப்பம்சம் இருந்தது. ஆயிரம் பிரச்சினைகள் வீட்டிலும் வெளியிலும் இருக்கலாம். தலைபோகிற காரியங்கள் கிடக்கலாம். ஆனால் கடைப்படி ஏறிவிட்டால் எந்தப் பிரச்சினையுமே அவரை அண்டிவிட முடியாமல் கடைப் படிக்கட்டுகளுக்கு வெளியே நின்றுவிடும். கடமை உணர்வைத் தவிர வேறு உணர்வுகளே அவரிடம் தலை காட்டத் தயங்கிப் போய்விடும். அவைகளை அவர் என்றுமே அனுமதிப்பதுமில்லை.

தகப்பன், தகப்பனுடைய தகப்பன், தகப்பன்.......... இப்படியே கொடி கொடியாக......... பரம்பரை பரம்பரையாக மூன்று நான்கு தலைமுறைகளுக்கு மேல் இந்த நகை ஈடுபிடிக்கும் தொழில் செழித்து வளர்ந்து வந்திருக்கின்றது. தொடர்ந்து இந்தத் தொழிலில் இவர்கள் பரம்பரை செழுமையும் செல்வாக்கும் ஐசுவரியங்களும் பெற்றுத்

திகழ்வதற்கு அடிப்படைக் காரணமே இவரது முன்னோடிகளின் சலியாத உழைப்புத்தான் என்பது சோமநாதனுடைய அசைக்க முடியாத நம்பிக்கை. தனது முன்னோர்கள் பற்றிய பவித்திரமான நம்பிக்கைகளை ஒரு போதனையாகவும் வழி நடத்தலாகவும் நம்பித்தான் இன்றுவரை இதில் உழைத்து வருகிறார் அவர்.

தன்னுடன் இந்த அடைவு - வட்டித் தொழில் 'க்ஷீணி' த்துப் போய் விடுமோ என்ற அடிப்படைப் பயம் அவரது மனதை அடிக்கடி உறுத்தாமலுமில்லை, மகனின் படிப்பைப் பார்த்தே அவர் பயப்பட்டார். அவன் பட்டதாரியாக வெளிவந்து விட்டதைக் கண்டு அவர் நெஞ்சுக்குள் வெருண்டு போய்க் கிடந்தார். ஆரம்பத்தில் மகனைப் படிக்க வைக்கவே அவருக்குக் கொஞ்சமும் விருப்பமில்லை. "பரம்பரைச் சொத்து பத்துத் தலைமுறைக்குக் காணுமே........." என அவர் மனைவிக்குச் சொல்வது வழக்கம். மகன் படித்தால் கெட்டுப் போவான் என்பது அவர் கட்சி. அதிலும் இந்த வியாபாரத்திற்குப் படிப்பே அவசியமில்லை. கெட்டித்தனமும் சாதுர்யமும் குயுக்தி மூளையுமே அத்திவார மூலதனம் என்பது அவரது அபிப்பிராயம். ஆனால் அவரது மனைவி விசாலாட்சி படித்தவள். எனவே மகனை எப்படியும் படிக்க வைத்துவிட வேண்டும் என்ற மனப்பாங்கு வேரூன்றியிருந்தது. தங்களது ஆண் சந்ததியில் படித்தவர்கள் இல்லையே என்ற தார்மீக கோபமும் அவளது மனதை நீண்ட நாட்களாகவே அரித்து வந்தது. எனவே நிர்ப்பந்தித்தாள்.

ஆகவே தனது சொந்தக் கருத்துக்களை ஒருபுறம் ஒதுக்கி வைத்துவிட்டு மனைவியின் விருப்பத்திற்குக் குந்தகம் வராமல் மகனைப் படிக்க வைத்தார் சோமநாதன்.

அவனும் பட்டதாரியாகி விட்டான். அத்துடன் இன்று அவருக்குத் துணையாக வட்டிக் கடைக்குள்ளும் காலடி எடுத்து வைத்து விட்டான்.

சுவாமி படங்கள் ஐந்து. சோமநாதன் மத அனுஷ்டானங்களில் சர்வ மத சம்பந்தன். படங்களும் அப்படியே. ஒவ்வொன்றுக்கும் தனித் தனியாக மாலை போட்டார். ஊதுபத்திகளைக் கொளுத்தி அப்படியே ஒவ்வொன்றுக்கும் கீழ்ச் செருகி வைத்தார்.

வாசனை மெது மெதுவாகக் கடையெங்கும் பரந்து படர்ந்தது.

தினசரி வேலைகள் எல்லாம் சுத்தமாக ஒப்பேறி விட்டன என்பதை நின்று நிதானித்துப் புரிந்து கொண்டவர் போலச் சுவரோரம் கிடந்த சாய்வு நாற்காலியில் "அப்பாடா" எனச் சாய்ந்து கொண்டார் அவர். தனது செயல்களை மகன் அவதானிக்கிறானோ என்ற சந்தேகம் அவரது மூளையில் திடீரெனத் தட்டுப்பட்டது. மகனது மனநிலையை உணர்ந்து கொள்ளும் ஆர்வம் மேலிட அவனைத் திரும்பிப் பார்த்தார்.

நகுலேஸ்வரனது பார்வை ஊதுபத்திப் புகைகளுக்கு ஊடே நிழலாடும் சுவாமி படங்கள் மீதே மொய்த்துக் கொண்டிருப்பதை அவர் கண்டார்.

தகப்பனும் மகனும்தான். ஆனால், இருவரது சுபாவங்களும் மன ஓட்டங்களும் வேறு வேறு - இரு துருவங்கள் போன்றது - என அவருக்குப் பட்டது.

"சரி தம்பி......... அப்பிடி ஒரு கதிரையிலை இரன் !"

அவரது கட்டளைக்குக் காத்துக் கொண்டிருந்தவன் போல - அல்லது அப்பொழுதுதான், தான் இருக்கையில் உட்கார்ந்து கொள்ள வேண்டும் என உணர்ந்தவன் போல - அவன் மறு கரையில் இருந்த கதிரையில் அமர்ந்து கொண்டான்.

பேப்பர்க்காரன் அன்றைய தினசரியை வீசி விட்டுச் சென்றான். அது காற்றில் சிறகடித்து, அதனுடன் ஏதோ இரகசியம் பேசிவிட்டுப் பறந்து வந்து ஒரு மூலையில் தஞ்சமடைந்து பிரிந்து கிடந்தது. ஒரு கணம் பேசாமல் அப்படியே சாய்ந்து கிடந்தார் அவர். மகன் பேப்பரை எடுத்துப் படிப்பான் என எண்ணினார். அவன் சுவாமி படங்களை விடுத்து, விசிறி இணைப்பு முனைக்குள் கூடு கட்டிக் குஞ்சு பொரித்திருக்கும் குருவிகள், குஞ்சுகளுக்கு இரை கொடுக்கும் அழகிய லாவகத்தில் லயித்துப் போயிருந்தான்.

"நல்ல பேப்பர்க்காரன்கள் இவன்கள் ! மாசம் முடிய முந்தியே காசுக்கு வந்து கரைச்சல் குடுப்பான்கள். ஆனா... ஒரு நாளாவது

பேப்பரை ஒழுங்காக் கையிலை தரமாட்டான்கள். இப்பந்தையப் பொடியளுக்கு இப்பெல்லாம் கொழுப்புப் புடிச்சுப் போச்சு!" என வாய் விட்டுச் சொல்லிப் புறுபுறுத்துக் கொண்டே எழுந்து வந்து பேப்பரைப் பொறுக்கி எடுத்துச் சேர்த்துக் கொண்டு நிமிர்ந்தார் சோமநாதன்.

தினசரி பேப்பர் படிக்கத்தான் வேண்டும் என்ற ஆர்வமோ உணர்வோ அவரிடம் கிஞ்சித்தும் இருந்ததில்லை. உலகச் செய்திகளைப் படித்து இப் பூமண்டலத்தில் என்ன நடைபெறுகின்றது. குறைந்த பட்சம் நாம் வாழும் இந்தத் தேசத்தில் என்ன என்ன சம்பவங்கள் இடம் பெறுகின்றன என்பதை அறிய வேண்டுமென்ற எந்த விதமான அறிவுத் தேடலுமற்ற அவர் பேப்பர் வாங்குவதே தனது பஜார் கௌரவத்தை நிலை நிறுத்திக் கொள்வதற்காகத்தான்.

அக்கம் பக்கத்துக் கடைக்காரர்களுக்கெல்லாம் சைக்கிளில் பேப்பர் பொடியன் பேப்பர் கொண்டுவந்து தினசரி பாடுவதும், தனது கடைக்கு மாத்திரம் அவன் எட்டிக் கூடப் பார்க்காமல் போவதுமான சம்பவங்கள் இடம்பெற்றால் அது தனது மானத்தையே பாதித்து விடும் என்ற கௌரவப் பிரச்சினை அவரிடம் பூதாகரமாக உருவெடுத்ததின் நிமித்தமாகவே பேப்பர் வாங்கும் பழக்கம் ஆரம்பத்தில் இவரிடம் இடம் பெற்றது.

"யாவாரிக்கு என்னத்துக்கையா பேப்பரும் கீப்பரும்? பேப்பர் படிச்சு நாங்களென்ன இந்த உலகத்தை ஆளப் போகிறோமா என்ன? அதைப் படிக்கிறதாலே நேரந்தான் மினைக்கேடு. பேப்பர்க்காரன் பொய்யையும் புளுகையும் எழுதுவான். அவன்ரை புளுகைப் படிச்சுப் பாக்க நாங்களேன் காசு கொடுக்க வேணும் - அதுவும் ரத்தம் சிந்திப் பாடுபட்டு உழைக்கின்ற காசை?" என்று முன்னொரு காலம் தனது பக்க நியாயத்தை அடித்துச் சொல்லி விளங்கவைத்த சோமநாதன் இன்று, பேப்பரை எடுத்து விரித்துக் கொண்டு பழையபடி சாய்வு நாற்காலியில் குந்தியிருந்து தலைப்புச் செய்திகளில் கவனத்தை மேயவிட்டுக் கண்களை வரிகளில் ஓடவிட்டார்.

"ஐயா முதலாளி.... பிச்சை போடுங்களையா......"

முதலில் இக் குரலை அவர் கவனித்ததாகவோ காது கொடுத்ததாகவோ தெரியவில்லை.

திரும்பத் திரும்ப இரண்டு மூன்று தடவை இந்த இரங்கல் ஓலம் அவரது காதைக் குடையவே எரிச்சலுடன் நிமிர்ந்து பார்த்தார். இடுப்பில் கைக்குழந்தையுடன் ஒரு பெண் பிச்சைக்காக இரந்து நிற்கிறாள்; "ஐயா.... ஐயா....!"

"இந்தா... இந்தா... போ...! போ...!" சோமநாதன் தனது சுய பாணியின் கடினத் தன்மை குரலில் மிளிர வார்த்தைகளால் அவளை விரட்டினார்.

அவள் பத்தடி கூடச் சென்றிருக்க மாட்டாள் தொடர்ந்து ஒரு கிழப் பிச்சைக்காரன் கோணல் காலை இழுத்திழுத்துத் தடியூன்றி நடந்து வந்து வாசல் பக்கம் நின்றான். ஒரு கணம் மௌனமாக அவரைப் பார்த்தான். அவர் ஒன்றுமே பேசாமல் பேப்பரில் கண் புதைந்து இருப்பதைக் கவனித்ததும் "ஐயா தருமதுரை..... தருமம் தாருங்கோ ஐயா..." என்று குரலை உயர்த்திக் கேட்டான்.

"இந்தாப்பா பிச்சை கிச்சை இங்கை குடுக்கிறதில்லை. சும்மா கரைச்சல் தராமல்.......... போ........"

"இண்டைக்கு வெள்ளிக்கிழமை ஐயா.... ஏதும் தாரதைத் தாருங்கோ..... போறன்."

"சொல்லுறது உனக்குக் காதிலை விளேல்லையா ? பிச்சை இல்லை...... போ......"

அவன் போய்விட்டான்.

சோமநாதனுக்குப் படிப்பதில் மனஞ் செல்லவில்லை. மகனைப் பார்த்தார். நகுலேஸ்வரன் வெகு அமெரிக்கையாகக் கதிரையில் உட்கார்ந்து கொண்டு தெருவைப் பார்த்து ஏதோ சிந்தித்துக் கொண்டிருந்தான். இங்கு நடப்பதை அவன் கவனித்தானா இல்லையா என்பதைக்கூட அவனைப் பார்த்து அவரால் அனுமானித்துக் கொள்ள முடியவில்லை.

"ஐயா... ஒ சாம் தாங்க... ஒசாம் தாங்க..." என ஓங்கிய குரல் கொடுத்தப்படி ஓர் அரைக் கிறுக்கன் வாசலில் நின்று கூப்பாடு வைத்தான். இவன் உண்மையில் ஒரு விசித்திரமானவன்; புதிரானவன். அந்தத் தெருவே அவனுடன் தமாஷ் பண்ணும். விடலைகளுக்கு அவனைக் கண்டால் பெருவிருப்பம். ஒரு சதம் நாணயத்தை மாத்திரமே கேட்டு வாங்கும் அவனிடம் ஒரு சதத்துக்கு மேற்பட்ட நாணயங்களைக் கொடுத்தாலும் வாங்க மாட்டான், சுழற்றி எறிந்து விடுவான். அவனுக்குத் தேவை ஒரு சத நாணயமே. கடைத்தெருப் பையன்கள் பத்து இருபத்தைந்து சத நாணயங்களை திணிப்பார்கள். அவன் கோபத்துடன் அவைகளை வீசி எறிந்து விட்டு நடையைக் கட்டி விடுவான். ஒரு சதம் என்றால்தான் படு பத்திரமாக இடுப்பில் செருகிக் கொண்டு போவான்.

அந்த அரைக் கிறுக்கனைக் கண்டதும் சோமநாதனுக்கு இந்த ஞாபகங்களே மேலெழுந்தன. அப்படியான தமாஷைக் கூட அவர் அவனிடம் இதுவரை செய்ய எண்ணிப் பார்த்ததில்லை.

"ஒ சாம்... ஒ சாம்..."

"போ ! போ ! - கையால் சைகை காட்டியதுடன் வாயால் விரட்டியடித்தார்.

இதற்கிடையில் பக்கத்துப் பிள்ளையார் கோயில் பையன் வந்தான். ஐயர் அனுப்பினாராம், உடன் வரச் சொல்லித் தகவல் சொன்னான்.

சோமநாதன் பிரதான வீதியில் பிரமுகர். அதனால் பிள்ளையார் கோயில் திருப்பணிச் சபையின் தலைவராகவும் ஏகமானதாகத் தெரிவு செய்யப்பட்டவர். கோயில் திருத்த வேலைகள் நடைபெறுகின்றன. இந்த ஆடியில் கும்பாபிஷேகம் நடைபெற வேண்டும். வேலைகள் துரிதமாக நடைபெறுகின்றன. அதற்குச் சோமநாதனே பூரணப் பொறுப்பு.

"தம்பி நகுலேசு....... .... ஒரு பத்து நிமிட்டிலை போயிட்டு வாறன். கடையைப் பத்திரமாப் பாத்துக் கொள், கவனம்... கோயிலுக்குப் போயிட்டு இந்தாவந்திடுறன் !" எனச் சொல்லி கொண்டே வந்த பையனுடன் படியிறங்கி நடந்தார்.

பத்து நிமிஷம் எனச் சொல்லிச் சென்றவர் அரை மணி நேரத்திற்குப் பின்னர்தான் வியர்த்துக் களைக்கத் திரும்பி வந்தார். வந்ததும் விசிறியைப் போட்டார். கூஜாவில் இருந்து குளிர்ந்த நீரை வார்த்துக் குடித்தார். சாய்வு நாற்காலியில் சிக்காராய்ச் சாய்ந்து உட்கார்ந்து கொண்டே, "இவன் கணக்கப்பிள்ளை இன்னமும் வரவில்லையா ?" எனக் கேட்டுக் கொண்டே பதிலை எதிர்பாராமல் தோளிற் கிடந்த சால்வையால் முகத்தை அழுத்தித் துடைத்துக் கொண்டார்.

"அது சரி நகுலேசு இண்டைக்கு வெள்ளிக்கிழமை. நானில்லை எண்டு தெரியும். வந்த பிச்சைக்காரருக்கு ஏதாவது ஐந்து பத்துச் சதமெண்டாலம் எடுத்துப் போட்டியே ?" என்று மகனின் முகத்தைக் கூர்ந்து பார்த்துக் கொண்டே கேட்டார் சோமநாதன்.

நகுலேஸ்வரன் அவர் கேட்டது புரிந்தது போலவும், புரியாதது போலவும் முகத்தை வைத்துக் கொண்டு வழக்கமற்ற பார்வையுடன் அவரைப் பார்த்தான். "இல்லை" என்பதற்கு அடையாளமாகத் தலையை ஆட்டி வைத்தான்.

சோகங்களால் தின்னப்பட்டவர் போன்ற மன நெகிழ்வுடன் சோமநாதன் மகனைப் பார்த்தார். "ஹூம் !"...... என ஆழ்ந்த பெருமூச்சொன்றை விட்டார். "என்ரை பரம்பரைக் குணந்தான்.... பரவணிக்குணந்தான் உனக்கு நல்லாத் தெரியுமோ, இல்லையோ ஒரு சதக் காசு ஆருக்கும் ஈயமாட்டன் நீயாவது வாழுற... வளருற புள்ளை. அதோடை படிச்சனீ ! நானில்லை எண்டது தெரிஞ்சதும் கொஞ்சம் சில்லறைகளை எடுத்து அதுகளுக்குப் போட்டிருக்கலாம் தானே ? சே ! நானென்ன அதுக்காக உன்னைக் கடிச்சா விழுங்கிவிடப் போறன் ? தேடிவச்ச சொத்திலை படிச்சபுள்ள தருமம் செய்தா குறைஞ்சா போய் விடுவாய் ? பேந்தேன் படிப்பு ? என்ரை பரவணிக் கெண்டு நீயும் வந்து நல்லா வாய்ச்சிருக்கிறீயே; காலத்தோடை ஒட்டிப் புழைக்கத் தெரிஞ்ச புள்ளையாப்பா நீ ?" பரிதாபத்துக்குரிய ஒரு பிராணியின் பார்வையுடன் மகனையே வைத்த கண் வைத்தபடி சிறிது நேரம் பார்த்துக் கொண்டிருந்தார் சோமநாதன்.

மீண்டும் ஒரு பெருமூச்செறிந்தார்.

நகுலேஸ்வரன் தெருவையே நோக்கமற்றுப் பார்த்துக் கொண்டு மௌனமாக நின்றான்.

வெளியே தெருவோரமாக "ஐயா.... ஐயா.... தருமம் தாருங்க ராசா....." என்ற இரங்கலோசை ஒரு லயம் கலந்த சுருதியுடன் ஒலித்துக் கொண்டிருந்தது. பல்லுப் போன கூனிக் குறுகிய கிழவி ஒருத்தி வாசலில் இரந்து நின்று கொண்டிருந்தாள்.

"போ !... போ !...." எனச் சுயபாணியின் கடினத் தன்மையோடு, சைகையாலும் வாய் விரட்டலாலும் அந்தக் கிழவியை விரட்டினார் சோமநாதன்.

- 'மல்லிகை'